பிரசாந்த் வே, கோவை மாவட்டம் வெள்ளலூர் பகுதியைச் சேர்ந்தவர். கடந்த 2012ஆம் ஆண்டு முதல் செய்தியாளராகப் பணியாற்றி வருகிறார். தற்போது ஒரு தனியார் செய்தித் தொலைக்காட்சியில் செய்தியாளராகப் பணியாற்றி வருகிறார். 'காடர்' இவரது முதல் சிறுகதைத் தொகுப்பு. சிறுகதைகளையும், சிறார் கதைகளையும் தொடர்ந்து எழுதி வருகிறார்.

காடர்

பிரசாந்த் வே

எதிர் வெளியீடு

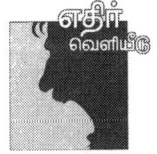

காடர்
பிரசாந்த் வே

முதல் பதிப்பு: நவம்பர் 2020
இரண்டாம் மறுஅச்சு: டிசம்பர் 2025

எதிர் வெளியீடு,
96, நியூ ஸ்கீம் ரோடு, பொள்ளாச்சி - 642 002
தொலைபேசி: 04259 226012, 99425 11302

விலை: ரூ.150

Katar
Prasanth V
Copyright © Prasanth V

First Edition: November 2020
Second Reprint: December 2025

Published by
Ethir Veliyeedu, 96, New Scheme Road, Pollachi- 642 002
Email: ethirveliyedu@gmail.com
www.ethirveliyeedu.com

ISBN: 978-81-947340-0-0
Cover Design: Santhosh Narayanan
Printed at Jothy Enterprises, Chennai

All rights reserved. No part of this book may be reprinted or reproduced or utilised in any form or by any electronic, mechanical or other means, now known or hereafter invented, including Photocopying and recording, or in any information storage or retrieval system, without permission in writing from the Publisher.

சமர்ப்பணம்

என்னை எழுத வைத்த
பெரியார் ஈ.வெ.ரா
மற்றும்
தோழர் அ.கரீம்
அவர்களுக்காக

முன்னுரை

இந்த உலகம் என்பதே பெரும் காட்டில் இருந்து பரிணமித்த ஒன்றுதான். வேட்டையாடும் சமூகமாக மனிதன் காடுகளில் அலைந்து திரிந்தபோது அவன் காட்டின் அங்கமாகவே இருந்தான், அப்படித்தான் தன்னை உணர்ந்து கொண்டான். நீண்ட நதிக்கரைகளின் ஓரத்தில் விவசாயத்தைத் தொடங்கிய புள்ளியில் இருந்துதான் காட்டிற்கும் மனிதனுக்குமான தொடர்பு விலகத் தொடங்கியிருக்கும். நாகரிக மனிதனாக வளர்ந்து நிற்கும் நம்மிடமிருந்து காடு முற்றிலுமாக அந்நியப்பட்டிருக்கிறது. இன்று நாம் காட்டைப் பற்றிச் சிந்திப்பதை நிறுத்திவிட்டோம், காட்டின் நலன் மீதோ அல்லது அதன் பாதுகாப்பின் மீதோ நமக்கு அக்கறை அருகிப் போய்விட்டது. ஆனால் இந்தச் சூழ்நிலையிலும் காட்டை முழுமையாகப் புரிந்துகொண்டு மாறிவரும் அதன் தன்மைக்கு ஏற்ப தங்களது வாழ்வாதாரங்களை அமைத்துக்கொண்டு காட்டிற்கும் காட்டுயிர்களுக்கும் பாதுகாப்பாக இருப்பது பழங்குடியின மக்கள்தான். காட்டைப் பாதுகாப்பதாய் சொல்லிக்கொள்ளும் அரசாங்கத்தின் நடவடிக்கைகள் இவர்களைக் காட்டிலிருந்து வெளியேற்றுவதையே முதன்மையாகக் கொண்டிருக்கிறது. உண்மையிலேயே காட்டின் நலன் மீதும் அதன் பாதுகாப்பின் மீதும் அக்கறையுடன் இருக்கும் பழங்குடி மக்களை வெளியேற்ற நினைப்பது காட்டின் நலனிற்கு

எதிரானது என்பதை ‘காடர்’ என்ற தனது முதல் சிறுகதைத் தொகுப்பின் வழியாக அழுத்தமாகச் சொல்லியிருக்கிறார் நண்பர் வே. பிரசாந்த்.

சமீபத்தில் தாக்கல் செய்யப்பட்ட சுற்றுச்சூழல் தாக்கம் மதிப்பீடு (Environmental Impact Assessment – EIA) 2020 சட்ட முன்வரைவு தொடர்பாக சூழலியல் ஆர்வலர்களால் கடும் விமர்சனங்களும், விவாதங்களும் முன்னெடுக்கப்பட்டிருக்கும் காலகட்டத்தில் வெளியாகவிருக்கும் இந்தச் சிறுகதைத் தொகுப்பு நவீனத் தொழில்வளர்ச்சியும் அதனைச் சார்ந்த சட்டங்களும் எப்படி காடுகளுக்கும், அதனை வாழ்வாதாரமாகக் கொண்டிருக்கும் மனிதர்களுக்கும் எதிரானதாக இருக்கின்றன என்பதையும் நமக்கு தெளிவாக விளக்கிச் சொல்கிறது.

ஒரு கதை சொல்லியாக பரிணமித்திருக்கும் பிரசாந்த், அடிப்படையில் ஒரு பத்திரிகையாளர். அதனால் அவரால் சம்பவங்களை மிகத் தெளிவாக முன்வைக்க முடிகிறது. எதைப் பேசுபொருளாக்க வேண்டும், எதை மக்களிடம் எடுத்துச் செல்ல வேண்டும், ஒரு சம்பவத்திற்குப் பிறகான மாறுபாடும் ஒவ்வொருவரின் கோணத்தையும் அத்தனை கதைகளின் வழியாகவும் மிக லாவகமாகப் பேசிச் செல்கிறார். பத்து சிறுகதைகள் அடங்கிய இந்தத் தொகுப்பில் ஒவ்வொரு கதையும் காட்டைச் சார்ந்த வாழ்க்கையின் பல்வேறு பரிணாமங்களை பற்றிப் பேசுகிறது. குறிப்பாக ‘அணிநிழற் காடு’ என்ற முதல் கதை காட்டைச் சார்ந்து வாழும் பழங்குடியின மக்களின் அன்றாட வாழ்க்கையை படம்பிடித்துக் காட்டுகிறது. ஒவ்வொரு பருவத்திலும் மாறுபடும் காட்டின் தன்மைக்கேற்ப அவர்கள் எப்படித் தங்களது வாழ்வாதாரத்தை திட்டமிட்டுக் கொள்கிறார்கள் என்பதையும் காடு ஒருபோதும் அவர்களின் நம்பிக்கையை குலைப்பதில்லை, மேலும் காட்டிற்கும் அவர்களுக்குமான ஒரு பரஸ்பர புரிதலின் விளைவாகவே அவர்களால் காட்டுடன் மிக அணுக்கமாக இருக்க முடிகிறது என்பதையும் விளக்குகிறது. அதே வேளையில், அதிகார மையங்களாய்ச் செயல்படும் அரசாங்க அதிகாரிகளின் செயல்பாடுகள், இந்த எளிய மக்களின் நலனுக்கு எதிரானதாக இருக்கிறது என்பதையும் இந்தக் கதை மிக அழுத்தமாகப் பதிவு செய்கிறது.

இந்தத் தொகுப்பில் உள்ள அனைத்துக் கதைகளும் வெவ்வேறு கதைக்களங்களின் வாயிலாக காட்டைச் சார்ந்த வாழ்க்கையின் நாம் பார்க்காத பக்கங்களைத் திறந்து காட்டுகின்றன. புலிகள் காப்பகம் அமைப்பதாய்ச் சொல்லி பழங்குடி, ஆதிவாசி மக்கள் காட்டில் இருந்து விரட்டப்படுவது, அப்படி விரட்டப்பட்ட மக்களுக்கு செட்டில்மெண்ட் ஏரியா அமைத்து அதற்கு பட்டா கூடக் கொடுக்காமல் நிரந்தரமாகவே அந்த மக்களை காட்டில் இருந்து விரட்டி விட்டு தொழில்துறை நிறுவனங்களுக்கு காட்டைத் திறந்து விடும் அரசாங்கத்தின் செயல்பாடுகள், ஆபத்து மிக்க சுரங்கங்களில் சுரண்டப்படும் எளிய மக்களின் உழைப்பு, யானைகளின் வழித்தடங்கள் ஆக்கிரமிக்கப்படுவதால் ஊருக்குள் புகும் யானைகள், மலைவாழ் மக்களுக்கு இன்றளவும் போய்ச் சேராத அடிப்படைக் கல்வி, அதையும் மீறி அந்த மக்களின்பால் உண்மையான கரிசனத்துடன் இருக்கும் சில ஆசிரியர்கள் என காட்டைச் சார்ந்த வாழ்க்கையின் அத்தனை பரிணாமங்களையும், இன்மைகளையும் மிகத் துல்லியமாக தனது கதைகளின் வழியாகப் படம் பிடித்துக் காட்டுகிறார் பிரசாந்த்.

காட்டின் மீதும் அதனைச் சார்ந்த மக்களின் மீதும், காட்டுயிர்களின் மீதும் பிரசாந்துக்கு இருக்கும் உண்மையான அக்கறையும், கரிசனமுமே இந்தக் கதைகளை நோக்கி அவரை உந்தித் தள்ளியிருக்கும் என நினைக்கிறேன். இந்தத் தொகுப்பு முழுக்க நாம் பார்ப்பது நண்பர் பிரசாந்தின் காட்டின் மீதான காதலும், ஆர்வமுமே!

மிக எளிமையான மொழி, சரளமான நடை, சிந்திக்க வைக்கும் உரையாடல்கள் என ஒரு தேர்ந்த எழுத்தாளராக தனது முதல் படைப்பிலேயே மிளிர்கிறார் பிரசாந்த். அதிலும் குறிப்பாக "ஆத்துல தண்ணி இறங்குனா விவசாயம், ஏறுனா மீன் பிடிக்கிறது, இது தாங்க எங்க வாழ்க்கை", "அவிங்க உழைப்பு சுரண்டல பத்தி நான் எழுதினேன், என் சுரண்டப்பட்ட உழைப்பை யார் எழுதறது?"

"புலி, புலினு... ஆடு, மாடு மேய்க்கக் கூடாது, தேனெடுக்கக் கூடாது, விறகு பொறுக்கக் கூடாது, நெல்லிக்கா பறிக்கக் கூடாது. இப்படி கூடாது கூடாதுனா எங்க போறதாம்?"

"மனுசனும் மிருகங்களும் ஒண்ணா வாழ முடியாது, காடு அழியுதுனு, காலகாலமா காட்டுல வாழுறவங்கள

தொரத்துனவீங்க, காசு இருக்கறவனுகளுக்கு ரிசார்ட்டு, எகோ டூரிசம்னு காட்ட தொறந்து விட்டுருக்காங்க" போன்ற வரிகள் கதையின் தீவிரத்தையும், அது சுமந்து கொண்டிருக்கும் அசலான வாழ்க்கையின் ஆழத்தையும் மிகக் கச்சிதமாக எடுத்துச் சொல்வதாய் இருக்கின்றன.

ஒரு சிறந்த எழுத்து என்பது சொல்ல வந்த விஷயத்தை எப்படி மிக எளிமையானதாகவும் அதே நேரத்தில் மிகத் தீவிரமாகவும் உணர்த்தியிருக்கிறது என்பதைக் கொண்டுதான் சொல்ல முடியும். அந்த வகையில் வே. பிரசாந்த் அவர்களின் இந்தக் 'காடர்' என்ற சிறுகதைத் தொகுப்பு ஒரு புதிய எழுத்தாளரின் வருகையை மிக சிறப்பாகவே நமக்கு அறிவிக்கிறது.

துடிப்பும் அறவுணர்ச்சியும் மிகுந்த செய்தியாளரின் இன்னொரு பரிணாமம் காத்திரமான கதைகளாக வெளிப்பட்டுள்ளது. ஊடகப் பணியை முழு நேரத் தொழிலாகக் கொண்டவர்களுக்கு எழுதுவதற்கான நேரம் அமைவது கடினம் என்ற வாதம் தவறானது என்பதைத் தனது உழைப்பின் மூலம் நிரூபித்திருக்கிறார். தெளிவாகவும் ஆழமாகவும் ஒரு பிரச்சனையை சமரசமின்றியும் அணுகும் பத்திரிகையாளராகவே பிரசாந்தை நான் அறிவேன். சமூக அக்கறை கொண்ட செய்தியாளராகத் தன்னை வரித்துக் கொண்ட நண்பர் பிரசாந்தின் அயராத உழைப்பையும், எளிய குடிகளின் மீது கொண்ட அளப்பரிய பற்றையும் அவர் தொலைக்காட்சிக்குத் தரும் செய்திகள், சிறப்புத் தொகுப்புகள் வழியே அறிந்து வந்த நேயர்களுக்கு, இந்தப் படைப்பு காடு சார்ந்த உலகத்தைப் பற்றிய புதிய தரிசனத்தைத் தரும் என நம்புகிறேன்.

தமிழ்த் தொலைக்காட்சி ஊடகத்துறையின் எதிர்கால நம்பிக்கைக்குரிய செய்தியாளர்களில் ஒருவர் பிரசாந்த். உயிர்ப்புள்ள கதைகளின் மூலம் தலைசிறந்த எழுத்தாளராகவும் மிளிர எனது அன்பான வாழ்த்துகள்.

மு. குணசேகரன்
சென்னை
05/08/2020

சில வார்த்தைகள்...

'அணிநிழற் காடு' எனது முதல் சிறுகதை. அக்கதை பவானி நதியைச் சார்ந்து வாழும் மனிதர்களின் வாழ்வியலைப் பேசுபொருளாகக் கொண்டது. எழுத்தாளர் இரா. முருகவேள் தோழரின் 'முகிலினி' நாவல் ஏற்படுத்திய தாக்கமே அக்கதையை எழுதத் தூண்டியது. ஒருவேளை அந்நாவலை வாசித்து இருக்கவில்லை எனில், இந்தத் தொகுப்பு வந்திருக்குமா என்பது சந்தேகமே.

பவானி நதிக்கரையில் ஒரு பொன் மாலைப் பொழுதில் நான் பார்த்த அழகிய காட்சிகளையும், அற்புத மனிதர்களையும் விளையாட்டாக எழுதி தோழர் கரீம்க்கு அனுப்பி வைத்தேன். அதனைப் படித்த அவர், "தோழர்... உங்களுக்கு நல்லா எழுத வருது" என்றார். அப்போது தெரியவில்லை அது பொய் என்று. உண்மையைச் சொல்ல வேண்டுமென்றால், குழந்தையின் கரம் பற்றி அன்போடு எழுதப் பழக்கும் தாயினைப் போல கதைகளை எழுதப் பழக்கினார்.

"எல்லோருக்குள்ளும் காடிருக்கிறது. அதை சுவைபடச் சொன்னால் ஒரு குரங்காகவோ, மானாகவோ, பாம்பாகவோ மாறிவிடுவார்கள். உங்களுக்கு காடெழுத்து நல்லா வருது. தொடர்ந்து

எழுத வேண்டும். என்னைக் கொண்டுபோய் அத்திக்கடவில் ஒரு குரங்குக் குட்டியாக மாற்றிவிட்டீங்க. அலஞ்சுட்டிருக்கேன்...” எனத் தொடர்ந்து எழுதத் தூண்டினார், எழுத்தாளர் ஒடியன் லட்சுமணன். அதுமட்டுமின்றி கதைகளை மேம்படுத்தவும் வழிகாட்டினார். தோழர்கள் அ. கரீம், இரா. முருகவேள், ஒடியன் லட்சுமணன், பாமரன் ஆகியோருக்கு நன்றி என்ற ஒற்றைச் சொல் போதுமானதாக இருக்குமா எனத் தெரியவில்லை. ஏனெனில் இவர்கள் இல்லையெனில் இந்தத் தொகுப்பு உருவாகி இருக்க வாய்ப்பே இல்லை.

2018 முதல் 2020 வரையிலான காலத்தில் எழுதப்பட்ட பத்துக் கதைகள் ‘காடர்’ என்ற சிறுகதைத் தொகுப்பாக வெளிவந்துள்ளது. சுற்றியலைந்த காடுகளும், பார்த்து/ கேட்டு வியந்த மனிதர்களும், ரணமாகப் பதிந்த வலிகளும் கதைகளாகியுள்ளன. காடர் கதைகள் நிகழ்காலத்தில் காடுகளின் அங்கமாக வாழும் பழங்குடிகள் மற்றும் கானுயிர்களின் வலிகளைப் பதிவு செய்யும்.

மணிநீரும் மண்ணும் மலையும் அணிநிழற்
காடும் உடைய தரண்

என்கிறது, வள்ளுவரின் குறள். இக்குறளில் அரண் எனச் சொல்லப்பட்ட தெளிந்த நீர், நிலம், அடர்ந்த காடு ஆகியவை அனைத்தும் பெரு நிறுவனங்களுக்கு தாரை வார்க்கப்பட்டு வருகிறது.

காடு என்பது வெறும் மரங்கள், தாவரங்கள் கொண்ட சாதாரண கட்டமைப்பு அல்ல. மனிதன் உள்ளிட்ட பல உயிரினங்களின் அடிப்படை ஆதாரம். ஆனால் அதை உணராமல் காலம் காலமாக காடழிப்பு செய்து வந்த நாகரிக(?) மனிதர்கள், காடோடும், காட்டுயிர்களோடும் இணைந்து வாழும் பழங்குடிகளை வன ஆக்கிரமிப்பாளர்களாக சித்தரித்து வருகின்றனர். கூடவே கானுயிர் பாதுகாப்பு என்ற பெயரில் பழங்குடிகளை வனத்தில் இருந்து வெளியேற்ற முயலும் அதே வேளையில், சூழல் சுற்றுலா என்ற பெயரில் கூட்டம் கூட்டமாக சமவெளி மக்களை வனத்திற்குள் அனுமதிக்கிறது அரசு.

காடுகளில் இருந்து விரட்டப்படும் பழங்குடிகள் தேயிலைத் தோட்டங்களுக்காகவும், அணைகளுக்காகவும், காப்புக்

காடுகளுக்காகவும், புலிகள் காப்பகங்களுக்காகவும் தங்கள் காடுகளையும், வாழ்வையும் இழந்து இருக்கிறார்கள். தனது வாழிடமும், வாழ்வுரிமையும் பறிக்கப்படும் வனவிலங்குகள் கூட காட்டை விட்டு வெளியே வந்து தங்களது பிரச்சனைகளை வெளிஉலகிற்கு தெரியப்படுத்துகின்றன. ஆனால் பழங்குடிகளின் ஓலக்குரல் வெளியுலக செவிகளுக்கு எட்டுவதேயில்லை.

காட்டுவாசிகள் என்ற சமவெளி பொதுப்புத்தி கட்டமைத்து வைத்துள்ள பிம்பங்களைத் தகர்த்து, நுட்பமான காட்டுயிர் பார்வை, இயற்கையோடு இணைந்த சுரண்டலற்ற வாழ்வு, பாலின சமத்துவம் என பழங்குடிகளிடம் கற்க வேண்டியவை நிறையவே உள்ளன.

பல்லுயிர்க் காடுகளை தாரைவார்க்க தடைக்கல்லாக பழங்குடிகள் இருந்து விடக்கூடாது என்பதற்காகத்தான் விரட்டப்படுகின்றார்களோ என்ற சந்தேகம் எழுவதை தவிர்க்க முடியவில்லை. ஆனால் ஒன்று மட்டும் நிச்சயம், அணிநிழற்காட்டில் இருந்து பழங்குடிகள் விரட்டியடிக்கப்பட்டால், அது சாக்காடு ஆகும். அப்படி நடந்தால் மனித வாழ்வும் கேள்விக்குறியாகும் என்பதை உணர்ந்து, சூழலையும், மக்களையும் காக்க குரல் கொடுப்போம். இத்தொகுப்பில் உள்ள கதைகள் வெறும் காட்டை மட்டும் சொல்லாமல் காட்டின் அங்கமாக இருக்கும் மக்களின் பாடுகளை, மக்களுக்கும், விலங்குகளுக்கும், பறவைகளுக்கும் இருக்கும் பிணைப்பை, சமச்சீர் உறவை உணர்த்தும் என்று நம்புகிறேன்.

என்னுயிர் தோழன் அருண், சுதாகர் அண்ணா, கிருபாசக்தி, அ.ர. பாபு, கிருபாகரன், குருசாமி, ராஜா, ரத்தன்குமார், தோழர் பரமசிவம் ஆகியோருக்கு நன்றி. எனது கதைகளை வெளியிட்ட இளைஞர் முழக்கம், பேசும் புதிய சக்தி, புது எழுத்து ஆகிய இதழ்களுக்கும், கீற்று, கனலி, படைப்பு தகவு, பிரதிலிபி தமிழ், சாரல் ஆகிய மின்னிதழ்களுக்கும் தொடர்ந்து வாசித்து ஆதரவளித்து வருபவர்களுக்கும் நன்றி. நல்லதொரு நிறைவான முன்னுரையை எழுதித் தந்த ஊடகவியலாளர் மு. குணசேகரன் சாருக்கும், இந்தத் தொகுப்பை சிறப்பாக வடிவமைத்து வெளிக்கொண்டு வந்த எதிர் வெளியீடுக்கும் நன்றி.

வாருங்கள்... கதைகளின் வழியாக காடர் உலகிற்குள் பயணிப்போம். அவை கானகத்திற்குள் நுழைந்து யானைகள் மீது ஏறி, புலிகளைத் தேடி, காடே உலகமென வாழும் பழங்குடிகளின் வலி மிகுந்த குரல்களைக் கேட்கச் செய்யும் என நம்புகிறேன்.

தோழமையுடன்
வே. பிரசாந்த்
கோவை
9444730412
prasanth.ve93@gmail.com

கதைகள்

அணிநிழற் காடு | 19

பணயம் | 29

காட்டிலே யானைகள் இருந்தன | 39

கானகம் | 48

காடர் குடி | 58

காட்டுப்பள்ளி | 66

காட்டு மாதா கி ஜெ | 74

தொடர்பு எல்லைக்கு அப்பால் | 85

வனவாசி | 97

வலசை தொலைத்த யானை | 105

அணிநிழற் காடு

ஆள் அரவமற்ற காட்டுப் பாதையின் பேரமைதி அச்சமூட்டுவதாய் இருந்தது. ஆங்காங்கே முறிந்து கிடந்த மரக்கிளைகளும், யானைச் சாணங்களும் மேலும் திகிலூட்டின. எங்களது கார் தன்னந்தனியாய் மெல்ல ஊர்ந்து சென்று கொண்டிருந்தது. எதிரே உள்ள வளைவில், வெகு அருகில் யானையின் பிளிறல் ஓங்கி அடங்கியது. சீனி காரை நிறுத்தி வாயின் மேல் ஒரு விரலை வைத்து "ஷ்" என அடக்கிவிட்டு, சாலையை நோக்கி சைகை காட்டினான். செம்மண் பூசிய உடம்பை சிலிர்த்துக்கொண்டு, நீண்ட நெடிய மினுங்கும் தந்தங்களுடன் யானை ஒன்று சாலையை மறித்து ஆஜானுபாகுவாய் நின்றிருந்தது.

எனக்கு அடிவயிறு பகீரென்றது. லேசாகத் திரும்பிப் பார்க்கையில், கண்கள் அகல விரிய சீனியும், கிருபாவும் வைத்த கண் வாங்காமல் யானையைப் பார்த்தார்கள். அவர்கள் கண்ணில் பயமும் ஆர்வமும் கலவையாய்த் தெரிந்தது.

சட்டென ஒரு கேமரா பிளாஷ் முன் சீட்டில் இருந்த கிருபாவின் கேமராவில் இருந்து மின்னியது. அந்த வெளிச்சம் அதைத் தொந்தரவு செய்திருக்க வேண்டும். வாலை முறுக்கி, தும்பிக்கையைத் தூக்கி பிளிறிக்கொண்டே காரை நோக்கி வேகமாக வந்தது. அது வரும் வேகத்தில் இருந்தே கோபத்தை

உணர முடிந்தது. எங்களுக்கு திக் திக்கென்று இதயம் துடிக்க ஆரம்பித்தது.

"டேய் பிளாஷ் ஆப் பண்ணுடா."

"ஏய் வண்டிய பின்னால எடு... சீக்கிரம்."

"ஆனெ வருது... வேகமா எடுத்துத் தொலடா... சீக்கிரம்."

காருக்குள் மூவரும் மாறி, மாறிக் கத்தியதில் வண்டியை ஓட்டிய சீனி ரீவர்ஸ் கியர் போடுவதற்குப் பதிலாக, பயத்தில் முதல் கியரைப் போட்டு யானையை நோக்கி வண்டியை இயக்கினான். "அய்யோ" என எல்லோரும் அலற, சுதாரித்துக் கொண்ட சீனி "எல்லாரும் கொஞ்சம் வாய மூடுங்கடா" எனச் சொல்லி ரிவர்ஸ் கியர் போட்டு வண்டியை வேகமாகப் பின்நோக்கி இயக்கினான். யானையும் எங்களை நோக்கி வேகமெடுத்தது. யானை வரும் வேகத்தைப் பார்த்து "இன்னிக்கு செத்தோம்" என்று நினைத்தேன். ஒரு வழியாக மேடு பள்ளமாக இருந்த மலைப் பாதையில், வெகு தொலைவிற்கு பின்னால் வந்து சேர்ந்து விட்டோம். சிறிது நேர ஆசுவாசத்திற்குப் பின், மீண்டும் வண்டியை இயக்கினான் சீனி. எதிரில் யானை நிற்கிறதா என மூவரும் கண்களைச் சுழல விட்டோம். யானை வழியில் தென்படாததால் கார் வேகமெடுத்தது. யானை மறித்து நின்றிருந்த இடத்தின் இடப்புறம் ஒரு சரிவுப் பாதையில் பள்ளம் தென்பட்டது. அங்கிருந்த குட்டையில் யானை தண்ணீர் குடித்துக் கொண்டிருப்பதைப் பார்த்தபடி கடந்தோம்.

மேல்சட்டை இல்லா கிழவனைப் போல, தோல்கள் சுருங்கி எலும்புகள் தெரிய மரம் ஒன்று நின்று கொண்டிருந்தது. அம்மரத்தின் நிர்வாணத்தை மறைத்த ஆங்காங்கே இருந்த இலைகளும், கோடையின் உக்கிரத்தில் உதிர்ந்தவாறு இருந்தன. அதற்கு கீழே ஒரு சிறு டீக்கடை. அங்கு பிஸ்கட் பாக்கெட்களும், மிட்டாய்களும், நொறுக்குத் தீனிகளுடன் பாட்டில்களும் வரிசையாய் அடுக்கி வைக்கப்பட்டிருந்தன. கடைக்கு வெளியே சிறிய அடுப்பின் மீது இருந்த டீ பாத்திரம் தன்னை சூடேற்றிக் கொண்டிருந்தது. கடைக்குள் நாற்பது வயது மதிக்கத்தக்க ஒரு பெண்மணி நின்று கொண்டிருந்தாள். அவளின் எண்ணெய் பூசிய தலைமுடியையும், பழுப்பு நிறத்தில் வெளுத்த புடவையையும், கருத்த தேகத்தையும் பார்க்கும்

போதே, அந்தக் காட்டையே தனது உலகமாய் நினைத்து வாழ்ந்து கொண்டிருக்கும் பழங்குடிப் பெண் என்பதைத் தெரிந்து கொள்ள முடிந்தது. கடைக்கு முன்பாக வெயிலுக்காகப் போடப்பட்டிருந்த நீலநிற தார் சீட்டிற்குக் கீழே இருந்த ஒற்றை பெஞ்சில், நான்கு பேர் அமர்ந்திருந்தனர். “ஏய்… வள்ளி டீ கொடு” என அங்கிருந்த மீசைக்காரன் சொன்னான்.

கடைக்கு முன்பு குருவிகள் தலையை ஆட்டியபடி, சிதறிக்கிடந்த தானியங்களை ஒவ்வொன்றாய் கொத்திக் கொத்தித் தின்பதும், பறப்பதுமாய் இருந்தன. வள்ளி எங்களுக்கும் சேர்த்து டீயை நுரை பொங்கக் கொண்டுவந்து தந்துவிட்டு, விறகுகளை அடுப்பிற்குள் தள்ளினாள். சூடான தேநீர் தொண்டைக்குள் இதமாக இறங்கியது. யானை தந்த மரண பயத்தின் படபடப்பு எங்கள் முகத்தில் தெரிந்ததைப் போல, டீக்கடை வள்ளி எங்களைப் பார்த்து “என்ன ஆச்சுப்பா… ஏன் ஒரு மாதிரி இருக்கீங்க?” எனக்கேட்டாள்.

மூவரும் மாறி, மாறி ஒருவர் முகத்தை ஒருவர் பார்த்துக் கொண்டோம். யானை வழி மறித்ததையும் தப்பிப் பிழைத்ததையும் சுருக்கமாகச் சொல்லி முடித்தேன். அவள் மெல்லிய புன்னகையுடன், “அந்த ஆனெயா? தினமும் தண்ணி குடிக்க இப்படிதான் வரும், போகும். யாரையும் ஒன்னும் பண்ணாது” என்றாள்.

“ஆனெகளுக்கு வக்காலத்து வாங்குறதே இவளுக்கு பொழப்பா போச்சு, வூட்ட உடச்ச ஆனெ இவ கடய உடச்சிருந்தா இப்படி பேசுவாளா?” என்று மீசைக்காரன் கூறினான்.

“என்னாச்சு ணா?” எனக் கேட்டேன்.

“காலையில ஆனெ கூட்டம் பக்கத்து தோட்டத்துல புகுந்து வாழ, தென்ன எல்லாம் நாசம் பண்ணிடுச்சு. பாரெஸ்ட்காரங்க வந்து வெடிய போட்டு விரட்டுனாங்க. அதுல ஓடுன ஆனெக எதுக்க வந்த பொம்பளய அடிக்க போயிடுச்சு, நல்ல வேள சூதனமா வூட்டுக்குள்ள பூந்து தப்பிச்சுட்டா, ஆனா வூட்டு முன்னால இருந்தத எல்லா உடச்சு எறிஞ்சிட்டு போயிடுச்சு” என்றார். சற்றுத் தொலைவில் அந்த வீடு தெரிந்தது. கதவு உடைத்து எறியப்பட்டிருந்தது. வீட்டிற்கு முன்பிருந்த பொருட்களும், மரங்களும் சிதறிக் கிடந்தன.

யானைகள் கூட்டமாக வந்து சென்றதற்கு அடையாளமாக, சாணம் ஆங்காங்கே கண்ணில் பட்டது. யானைச் சாணத்தின் மீது பட்டாம் பூச்சிகள் மொய்த்துக் கொண்டிருந்தன. சாணத்தின் வாசம் இன்னும் காற்றில் கலந்திருந்தது.

“கான காட்ட அழிச்சிட்டே போனா, காட்டுல வாழுற உசுருக எங்கன போகும்?” வள்ளி ஆவேசமாகக் கேட்டாள்.

“யானைகளும் ருசியா திண்ணு பழகிடுச்சு, ரேசன் கடையை உடைச்சு அரிசி, பருப்பு எல்லாம் திண்ணுதுக, வூட்ட உடச்சு உள்ள புகுந்து அரிசி, உப்ப திண்ணுது, இதுக தொல்லை ஜாஸ்தியாட்டே போகுது.” அடுக்கடுக்காய் புகார்களை பெஞ்சில் அமர்ந்திருந்தவர்கள் அடுக்கினர்.

“காட்டுல தீவணம் இல்லான அதுக எங்க போகும்? அதுக்கு தேவைங்கிறத அழிச்சிட்டு, காட்டோரமா வாழ, கரும்புனு போட்டா அதுக வரத்தானே செய்யும்? அதுக வலச பாதையெல்லா கரெண்ட் வேலியும், வெடியும் போட்டு விரட்டுனா, அதுக ஊருக்குள்ள தானே போகும்? மனுச ஒரு சாண் வயித்திக்கு ஊரயே அடிச்சு போடுறான், அம்மாம் பெரிய ஜீவன் தன் வயித்துக்கு என்ன பண்ணும்?” எனச் சொல்லிவிட்டு போண்டாவுக்கு கடலை மாவைப் பிசைந்து நீர் கூட்டி வைத்தாள்.

“ஊருக்குள்ள வர யானைகள சுட்டுக் கொல்லனும். அப்ப தான் குடியானவனெல்லா பொழைக்க முடியும்” என்றார்கள். பதிலுக்கு வள்ளி அவர்களை நோக்கி ஒரு கோபப் பார்வை மட்டுமே பார்த்தாள், அதற்கு மேல் அவர்கள் வாய் திறக்கவேயில்லை.

மரத்தின் நிழல் கிழக்கு நோக்கி ஊர்ந்து சென்றது. சில பிஸ்கெட்களைத் தின்று, டீயைக் குடித்த பின், ஐநூறு ரூபாய் நோட்டினை அவளை நோக்கி நீட்டியபடி “அக்கா, எவ்வளவு ஆச்சு?” என்றேன்.

பாத்திரத்தில் இருந்த தண்ணீரில் கை கழுவியபடி, “அறுபத்தி நாலு ரூபா ஆச்சுப்பா, சில்லற இல்லையா?” எனக் கேட்டாள்.

பர்சினை புரட்டிப் பார்த்தேன். யாரிடமும் சில்லறை இல்லை. எல்லோர் கையிலும் ஐநூறு ரூபாய்த் தாளே இருந்தது. அந்த

பணத்தாளினை திரும்பக் கொடுத்தபடி "தம்பி சில்லற இல்லப்பா, வரப்போ கொடுங்கப்பா" என்றாள்.

"ஐநூறு ரூபாயையும் நீங்களே வச்சிருங்க, திரும்ப வரப்போ சில்லற வாங்கிக்கறோம்" என்றேன்.

"மனுசனுங்கள நம்பணும்ப்பா, திரும்பி வரப்போ கொடுக்காமையா போயிடுவீங்க? திரும்ப வரப்போ கொடுத்தா போதும். வூட்ட இடிச்ச யானை கடைய இடிச்சிருந்தா என்னப்பா இருந்திருக்கும்? போயிட்டு வாங்க" என எங்களை அனுப்பி வைத்தாள். அவரிடம் இருந்து விடைபெறுவதற்கும், நாங்கள் எதிர்பார்த்துக் காத்திருந்த வேட்டை தடுப்புக் காவலர் ரங்கன் வருவதற்கும் நேரம் சரியாய் இருந்தது. கூத்தாமண்டி முகாம் குறித்து செய்தி எடுக்க ரேஞ்சரிடம் பேசி அனுமதி பெற்றிருந்தோம். அதன்படி எங்களை அந்நேரத்திற்கு வரச்சொல்லி ஏற்கனவே ரங்கன் சொல்லிருந்தான்.

"சார்... போலாம் வாங்க." சிறுமுகை வனச்சரகத்திற்கு உட்பட்ட ஆத்துக்காடு நோக்கிப் பயணமானோம். ரங்கனுக்கு முப்பது வயதிருக்கும். கருத்த ஒல்லியான ஆறடி தேகம், அடர்ந்த சுருள் முடி, மெல்லிய தாடி, கருப்பு, பச்சை நிறங்களில் நேர்த்தியற்ற வடிவத்தில் இராணுவ வீரனின் உடையை போல இருந்த டீசர்ட் மற்றும் பேண்ட் அணிந்திருந்தான்.

பவானி சாகர் நீர்ப் பரப்புப் பகுதியில் மேற்கில் இருந்து கிழக்கு நோக்கி பவானி நதி ஓடிக்கொண்டிருந்தது. மாலைப் பொழுதின் பொன்நிற ஒளியில் நதி நீர் மின்னியது. மின்னிய நீரின் மேல் மீன்கள் துள்ளிக் குதித்தன. துள்ளிய மீன்களை பரிசலில் இருந்து வீசப்பட்ட வலை வாரிச் சுருட்டியது. நாங்கள் நின்றிருந்த ஆற்றின் கரை விவசாய நிலமாகவும், மறுகரை மலைகளை ஒட்டிய வன நிலமாகவும் இருந்தது. ஆற்றின் மறுகரையில் கூட்டம் கூட்டமாய் யானைகள் தண்ணீர் பருக வருவதும், வனத்திற்குத் திரும்புவதுமாய் இருந்தன. குட்டி யானைகள் தண்ணீரில் விளையாடிக் கொண்டிருந்தன. கொஞ்சம் தள்ளி மான்களும் தண்ணீர் குடித்துக் கொண்டிருந்தன.

"ஆத்துல தண்ணி கரை புரண்டு ஓடணும்னு வேண்டுறவங்கள பார்த்திருப்பீங்க. ஆனா ஆத்துல தண்ணி குறையனும்னு ஒரு தரப்பும், தண்ணி அதிகமாகனும்னு இன்னொரு தரப்பும்

வேண்டிக்கறத இங்கதான் பாக்க முடியும்'' என்றான், ரங்கன். புரியாமல் அவனையே பார்த்தோம். ஆற்றின் மேற்பரப்பிற்கு வரும் மீனைக் கொத்திச் செல்லக் குறிவைத்துக் காத்திருக்கும் பருந்தின் கண்களைப் போல, பல கண்கள் பார்த்தன.

"ஆத்துல தண்ணி இறங்குனா விவசாயம், ஏறுனா மீன் பிடிக்கிறது, இதுதாங்க எங்க வாழ்க்க சார்'' என்றான், அப்போதுதான் அங்கு வந்து சேர்ந்திருந்த ராமு. ஆச்சரியத்துடன் அவனைப் பார்த்தேன். காற்றில் கலைந்த நரைத்த முடி, சட்டை இல்லாத உடல், மடித்து கட்டப்பட்ட லுங்கி, தோளில் தூண்டு சகிதம் நின்றிருந்தான்.

"டேம்ல பி.டவுல்யு.டி நெலத்துல குத்தகைக்கு வெவசாயம் செய்யுறவங்கள்ல நானும் ஒருத்தன். அணையில தண்ணி குறையக் குறைய எங்களுக்கான எடத்துல பயிர் போடத்துவங்கி, ஆத்து வரைக்கும் போவோம். ஒரு குடிசையைப் போட்டு குடும்பத்தோடு தங்கி பகல்ல நெலத்திலயும், நைட்டுல யானை, காட்டுப்பன்னி கிட்ட இருந்து பயிரக் காப்பத்துறதே எங்க வேல சார்'' என்ற ராமு, ஆற்றை திரும்பிப் பார்த்தபடி "ஆத்துல தண்ணி அதிகமாகி பயிரு மூழ்கறதுக்குள்ள அறுவடை பண்ணிடனும். கொஞ்சம் விட்டாலும் மொத்தமும் போயிடும். பெருமழை காலத்துல குடிசைய காலி பண்ணிட்டு ஊருக்குள்ள போயிடுவோம். அப்போ இந்த எடமெல்லாம் தண்ணிக்குள்ள போயிடும். தண்ணி கொறையுற வரைக்கும் மீன் பிடிக்கிறது மூலமா பொழப்ப ஓட்டுவோம்'' என்றான்.

நாங்கள் நின்றிருந்த இடத்தை நோக்கி மோட்டர் படகு ஒன்று வந்து சேர்ந்தது. ராமுவிடம் இருந்து விடைபெற்று, கரையை மோதி நின்ற படகில் ஏறி அமர்ந்து கொண்டோம். படகின் முன் பகுதியில் ஒருவர் நின்றபடி சுற்றும், முற்றும் பார்த்து வந்தார். வனவிலங்கு நடமாட்டம், வேட்டைத் தடுப்பு உள்ளிட்டவற்றை கண்காணிக்க அணைக்குள் அமைக்கப்பட்ட கூத்தாமண்டி முகாமிற்கு நீரைக் கிழித்தபடி படகு சென்றது. ஆற்றில் நீர் அதிகமானால் வனத்துறையினரும் அந்த முகாமிற்கு படகில்தான் செல்ல முடியும் என்பதை ஏற்கனவே ரங்கன் சொல்லிருந்தான். பரிசலில் ஆங்காங்கே மீன் பிடித்துக் கொண்டிருப்பவர்களைப் பார்க்க முடிந்தது.

"இங்க மீன் பிடிக்கிறவங்க எல்லா ராமு மாதிரி தானா ணா?" எனக் கிருபா கேட்டான்.

"இல்ல சார். மீன் பிடிக்கறத மட்டும் செய்யுறவங்களும் இருக்காங்க. யாருனாலும் இங்க பிடிக்கற மீனை குத்தகைதாரர் கிட்டதான் கொடுக்கணும். மீனையும், கிலோவையும் பொறுத்து வாரத்துக்கு ஒருக்கா காசு கொடுப்பார். இந்த மீனை சந்தையில ரெண்டு மடங்கு வெலைக்கு விக்குறது, இவங்களுக்கும் தெரியும். அதனால குத்தகைதாரரை தாண்டி மீன் வெளிய போகாத அளவுக்கு எப்பவும் கண்காணிப்பு இருந்திட்டே இருக்கும்" என்றான், ரங்கன்.

படகில் இருந்து இறங்கி நடந்து கூத்தாமண்டி சென்றோம். ஒரு பக்கம் மலையும் வனமும், மறுபுறம் ஆறும் அணையுமாய்க் காட்சியளித்தது. அங்கு நான்கு வேட்டைத் தடுப்புக் காவலர்கள் பணியில் இருந்தனர். ஒரு காவலர் அம்முகாமிற்குச் சென்றால் மூன்று பகல், நான்கு இரவுகள் பணியில் இருக்க வேண்டும், மற்ற நாட்களில் யானைகள் சாலையைக் கடந்து ஊருக்குள் செல்லாமல் தடுக்கும் வேலையைச் செய்ய வேண்டுமென ரங்கன் சொன்னான்.

நெருப்பு மூட்டப்பட்ட விறகு அடுப்பில் மீன்கள் வெந்து கொண்டிருந்தன. "மியாவ், மியாவ்..." என பத்துக்கும் மேலான பூனைகள் காலைச் சுற்றி வந்தன. "எதுக்கு இவ்வளவு பூனைக?" எனக் கேட்டு முடிப்பதற்குள், "இங்க எங்க பாதுகாப்புக்கு தான் சார். நாய்கள வளக்க முடியாது. நாய் குரைச்சு யானைய கூப்பிட்டு வந்திடும். அப்புறம் பூச்சிககிட்ட இருந்து பூனைப்பட தான் பாதுகாப்பு தருது", என்று சொல்லி சிரித்தான் சமைத்துக் கொண்டிருந்த மணி. தலையில் பாதிக்கும் மேல் நரைத்துவிட்டது. முகத்தில் கன்னங்கள் ஒட்டிப்போயிருந்தன.

"இங்க என்னவெல்லாம் வரும் ணா?" என சீனி கேட்க, "இதுதான்னு இல்ல, சாயந்திரமாச்சுணா எல்லா மிருகமும் தண்ணி குடிக்க வரும், ராத்திரி நேரத்துல டார்ச் அடிச்சா ஆயிரக்கணக்குல கண்ணு மின்னும். அவ்வளவும் மானுங்க, கூட்டங்கூட்டமாகப் படுத்து கிடக்கும். யானை, காட்டெருமைனு நிறைய வந்திட்டுப் போகும், எப்பாது புலி கண்ணுல தட்டுப்படுறது உண்டு. விடியறப்போ எல்லாம்

காட்டுக்குள்ள போயிடும், பகல்ல ஏதோ ஒன்னு ரெண்டு தண்ணி குடிக்க வரும்" என்றான் மணி.

அதற்குள் மீன்கள் நிரம்பிய தட்டுகள் எங்கள் கைகளுக்கு வந்திருந்தன. ஒவ்வொன்றாய் எடுத்துச் சுவைத்தபடி அவர்கள் பேசுவதைக் கேட்டோம். பழகிய கொஞ்ச நேரத்திலேயே எங்களைப் பற்றிப் புரிந்து கொண்டதை அவர்களின் பேச்சின் தொனி காட்டியது. ஏதோ ஒருவிதத்தில் அவர்களின் நம்பிக்கையாளர்களாக மாறியதை என்னால் உணர முடிந்தது. அப்போது, நீர் எப்போது வற்றும், மணல் எப்போது திருடலாமென ஒரு கூட்டம் எப்போதும் காத்திருப்பதையும், மணல் கொஞ்சமாய் கண்ணில் பட்டால் போதும், ஜேசிபி இயந்திரங்களும் லாரிகளும் விடிய விடிய ஓடிக்கொண்டு இருப்பதையும், சில நேரங்களில் அதிகாரிகள் ஒத்துழைப்புடனும், சில நேரங்களில் அரசியல்வாதிகள் துணையோடு நடப்பதையும் சொல்லிக்கொண்டே இருந்த மணி, "அண நிறைஞ்சு இருக்கறது தான் எங்களுக்கு நிம்மதி. ஏனா பல பிரச்சனைக்கும் அதுதான் தீர்வு" என்றான்.

பேச்சின் ஊடாக "நாங்க வூட்ட விட்டுட்டு காட்டுலயே கெடந்து சாவுறோம். ரொம்ப ரிஸ்க்காணா வேலைனாலும் சம்பளம் கொறைவு தான். அதுவும் ரெண்டு, மூணு மாசத்துக்கு ஒருக்கா தான் கைக்கு வரும்" என வருத்தத்துடன் கூறிய மணி, சிறு இடைவெளி விட்டு "மனுசங்களும், காட்டுயிரும் நல்லா இருக்கனும்கிறது தான் எங்க ஆச, அதுக்காக தான் பாடுபடுறோம்" என்றான்.

மீன் கூடுகள் நிரம்பிய தட்டுகளை கீழே வைத்துவிட்டு கை கழுவியபடி, "ஆபிசர்ஸ் யாரும் சப்போர்ட் பண்ண மாட்டாங்களாணா?" எனக் கேட்டேன்.

"முன்ன மாரி இல்லங்க சார், எங்க ஆளுகளுல நெறைய பேருக்கு தொட்டு வைக்கிற பொட்டு மண்ணுகூட இல்லாம போச்சு, கொஞ்ச பேத்திட்ட நெலம் இருந்தாலும், வெவசாயம் பெருசா இல்ல. அத பண்ணாத, இத பண்ணாதனு ஆபிசர்ஸ் கெடுபிடி. வேல தேடி வெளிய போற ஜனம் அதிகமாகிடுச்சு, காலங்காலமா காட்டுக்குள்ளேயே இருந்து பழகிட்டதால, வெளிய போக மனசில்லாம இங்கயே கெடக்கோம். ஆனா

நாங்க வெளிய போகனும்னு அரசாங்கம் விரும்புது" என்றான் ரங்கன். அதில் மெல்லிய வருத்தம் கலந்திருந்தது. "இந்தக் காட்டுக்குள்ளேயே நாங்க இருக்கணும்னா பாரெஸ்ட் ஆபிசர்களுக்கு அடிமை மாரி வேலை செய்யணும், ஒரு வாய் சோறு கூட நிம்மதியா உக்காந்து திங்க முடியாது, அங்க ஓடு, இங்க ஓடுனு விரட்டிட்டே இருப்பாங்க, அவங்க வேலையும் சேர்த்து செஞ்சா தான் எங்களுக்கு மருவாத" என்றபோது, காலங்காலமாக காடே உலகமென வாழும் அம்மக்களின் தற்போதைய இயலாமையை உணர முடிந்தது.

படிகளில் ஏறி கண்காணிப்புக் கோபுரத்தில் நின்று சுற்றிப் பார்த்தோம். காட்டுயிர்கள் ஆங்காங்கே நின்று கொண்டிருக்க, நாங்கள் கடந்து வந்த ஆற்றின் ஓசை காடு முழுக்கக் கேட்டது. "காட்டோட அழகே, இந்த ஆறு தான்யா" என்றேன்.

கோபுரத்தின் கம்பிகளில் கைகளை ஊன்றியபடி நின்றிருந்த ரங்கன், "அத ஏன் சார் கேக்குறீங்க?, இந்த ஆறு விஸ்கோஸ் ஆலை கழிவுகளால என்னைக்கோ கெட்டு நாசமா போயிருச்சு, தண்ணி விஷமாயி, அத குடிச்ச ஜீவனெல்லா செத்து விழுந்துச்சு. ஆட்களுக்கும் சீக்கு வந்துச்சு. இத பாத்து தாங்க முடியாமா ஜனங்க போராடி ஆலய மூட வச்சதுனால, இன்னும் இந்த ஆறு மிச்சமிருக்கு" என்றான்.

சாப்பிட்டதற்கான ஏப்பம் ரங்கனுக்கு "கிர்ர்ர்ர்ர்" என வந்தது. "நல்லா சாப்பிட்டு நிம்மதியா உக்கார சுகம் இருக்கே சார், அதுக்கு கொடுத்து வைக்கணும்" என்ற ரங்கனின் முகத்தில் களைப்பு தெரிந்தது. சிவந்திருந்த கண்களின் இமைகள், தூக்கத்திற்காக ஏங்கின. "நிம்மதியா தூங்கி மூணு நாளு ஆச்சு சார், வூருக்குள்ள ஆனெ புகுந்திடுச்சுணு விடிய, விடிய விரட்டினோம். காலைல தான் காட்டுக்குள்ள போச்சு, அத வெரட்டுறதுக்குள்ள போதும், போதும்னு ஆயிடுச்சு. இன்னிக்கு ஒரு நாலு மணி நேரம் நல்லா தூங்குனும் சார். நாய் பொழைப்பு இது" என்றபடி, கோபுர அறையின் மூலையில் கிடந்த பாயை எடுத்து விரித்து அப்பாடா என தலையணையில் சாய்ந்தான். "ஏய்... ரெங்கா... கரட்டு மேட்டுல யானைக வந்திடுச்சு, ரேஞ்சு ஆபிசர் போக சொன்னாரு" கீழிருந்து மணி கத்தினான்.

தூக்கத்திற்காக கண்ணைக் கசக்கியபடி அவசர அவசரமாய் ரங்கன் கீழே இறங்கிக் கொண்டிருந்தான். அவனின் புலம்பல் காடெங்கும் எதிரொலிக்கும் ஆற்றின் ஓசையில் காணாமல் போனது.

- இளைஞர் முழக்கம்

❖❖❖

பணயம்

ஒற்றை அடிப் பாதை வளைந்து நெளிந்து மலையேறியது. கால்கள் நடந்து நடந்து சோர்ந்து ஓய்ந்தன. நடைதடத்தைத் தவிர்த்து, மலையெங்கும் செடி, கொடிகளும் புதர்களும் ஆக்கிரமித்திருந்தன. மலை உச்சியில் கருத்த இலைகளற்ற மரக்கிளைகள், வானில் வேர்களாய் விரிந்திருந்தன. நடந்து நடந்து பழக்கப்பட்ட கால்களுக்கு கரடு முரடான பாதை தடையாய் இருக்கவில்லை. ஓட்டமும், நடையுமாய்ச் சென்ற கால்களின் வேகத்திற்கு ஈடு கொடுக்க முடியாமல், புதிதாய் மலையேறிய கால்கள் தட்டுத் தடுமாறின. 13 பேராக நீண்ட வரிசையின் இறுதியில் நானும், ஹரியும் நடந்தோம். வாட்டி வதைத்த வெயிலால், உடலெங்கும் வியர்த்துக் கொட்டியது. ஒவ்வொருவர் தோள் மூட்டைகளிலும் சமையலுக்கான பொருட்களும் தின்பண்டங்களும் இருந்தன. என் தோளில் கேமரா பேக்கும், கையில் கேமராவும் தொங்கிக் கொண்டிருந்தன.

எத்தனை மலையேறி இறங்கினோம் எனத் தெரியவில்லை, இன்னும் எவ்வளவு தூரம் செல்ல வேண்டுமெனவும் தெரியவில்லை. எப்போதுதான் போய்ச் சேர்வோம் என்றிருந்தது. ஒரு மலை முடிந்தால், இன்னொரு மலை முளைத்துக் கொண்டே இருக்கிறது. ஆனால் நடப்பது மட்டும் நிற்கவில்லை. யானைச் சாணத்தின் பச்சை வாசம், மூக்கைத் துளைத்து நடையை நிறுத்தியது.

யானைச் சாணங்கள் குட்டுக் குட்டாய் கிடந்தன. "கொஞ்ச நேரத்துக்கு முன்னாலதான் ஆனெ கூட்டம் போயிருக்கு" எனப் பேசிக்கொண்டனர். கூட்டத்தை வழிநடத்திய செல்லையா, அப்படியே ஒரு நிமிடம் நின்று சுற்றும் முற்றும் பார்த்தார். திடகாத்திரமான கருத்த தேகம், சொட்டைத் தலை, அழுக்கேறிய பனியன், லுங்கியோடு பார்த்த மாத்திரத்திலேயே ஐம்பது வயதுக்காரர் எனத் தெரிந்து கொள்ளலாம்.

"ஆனெ பக்கத்துல தான் இருக்கும் போல, வேகமா நடங்க" செல்லையா அவசரப்படுத்தினார். இதயம் படபடவெனத் துடித்தது. பயம், சோர்வை மறந்து கால்களை வேகப்படுத்தியது. சுற்றும் முற்றும் பார்த்தபடி நடந்தேன்.

"டேய்... பயமா இருக்குடா" ஹரி காதில் முணுமுணுத்தான்.

"பேசாம வா."

யானை மறிக்குமோ எனப் பயந்தபடி நடந்த எங்கள் பாதையை, ஆடு மறித்தது. முன்னங்கால்களைத் தூக்கி இரண்டு காலில் நின்று முரட்டுத்தனத்தைக் காட்டியது. ஆட்டின் பெருத்த வெள்ளை உடம்பெங்கும் செம்மண் அப்பியிருந்தது. அதன் கன்னங்களில் மட்டுமே இருந்த கருப்பு நிறமும் அதில் தாடி போலத் தொங்கிய வெள்ளை முடியும் முதுகு நோக்கி மடங்கியிருந்த கருப்புக் கொம்பும், நீண்டு தொங்கிய காதுகளும் பயமூட்டின.

"ஆடு கூட பயம் காட்டுதே."

"அது ஒன்னும் பன்னாது, தைரியமா வாங்க" என்றபடி, செல்லையா நடந்தார். பின்னால் சென்ற ராசு குச்சியால் ஆட்டை விளையாட்டாய் அடித்தான். கோபமடைந்த ஆடு துரத்தியது. தலைதெறிக்க ஓடியவனை, எங்கு ஓடினாலும் விடாது துரத்தியது ஆடு.

"யோவ்... அது சுருட்டு கிடா, ஒரு சுருட்ட பத்த வைச்சு கொடு" ஒருவன் கத்தினான். பாக்கெட்டில் இருந்த சுருட்டைப் பற்ற வைத்து நீட்டினான். சுருட்டை வாயில் கவ்விப் பிடித்த கிடா, அதை மென்று தின்றபடி அமைதியாய்த் திரும்பிச் சென்றது. சிரித்து சிரித்து வயிறு வலித்தது.

"அண்ணா, ஒரு அஞ்சு நிமிசம் உக்காந்துட்டு போலாமா."

“இதோ வந்துடுச்சு, அந்த மேடு ஏறி இறங்குனா போதும்.”

“முடியலணா, ரொம்ப டயர்டு ஆயிடுச்சு.”

“சரிப்பா.”

பேக்கின் சைடில் இருந்த தண்ணீரை எடுத்துக் கொஞ்சம் குடித்து விட்டு, தண்ணீரை தலையில் ஊற்றியபடி அமர்ந்தேன். வெயில் காய்ந்த தலையில் இறங்கிய நீர், இதமாக இருந்தது. தலையில் இருந்து சொட்டு சொட்டாக நீர் வடிந்தது. கையில் இருந்த தண்ணீர் பாட்டிலை ஹரி வாங்கிக் குடித்தான். ஒரு பிஸ்கட் பாக்கெட்டைப் பிரித்து, நானும், ஹரியும் ஒவ்வொரு பிஸ்கட்டாய் சாப்பிட்டோம். ஒரு பீடியைப் பற்றவைத்தபடி செல்லையா, “தம்பிகளுக்கு வீடு எங்க?” எனக் கேட்டார்.

“கூடலூர் டவுன்ணா.”

“எங்கள போட்டா பிடிச்சு என்ன பண்ண போறீங்க?”

“உங்க பேஸ் எதுவும் வராதுணா. கோயம்புத்தூருல படிச்சிட்டு இருக்கோம். காலேஜ் பிராஜெட்டுக்காக ஒரு டாக்குமெண்டரி பண்ணுறோம்.”

“என்னம்மோ தம்பி, வெளி ஆளுகள எங்களோட குழிக்கு கூட்டிட்டு போறதில்ல. துபாய் பாய் ஆளுகங்கறதுனால தான் ஒத்துக்கிட்டோம், பிரச்சனை வராம பாத்துக்கோங்க.”

“இல்லணா, எதுவும் வராது.”

துண்டை உதறித் தோளில் போட்டபடி, செல்லையா எழுந்து நடந்தார். அலுப்பு தெரியாமல் இருக்க பேசிக்கொண்டே, தங்கச் சுரங்க குழியைத் தேடிப் பயணித்தோம். வேண்டிய இடங்களில் போட்டோ எடுத்தபடியே நடந்தேன்.

அசாத்தியங்களை சாத்தியப்படுத்தினால்தான் நாம் யார் என கவனிக்கப்படுவோம். அப்படி என்னை நிருபித்துக் காட்ட வேண்டிய கட்டாயத்தில் இருந்தேன். சட்ட விரோதமாக தேவாலா வனப்பகுதியில் நடக்கும் ‘தங்க வேட்டை’ பட்டவர்த்தனமாய் தெரிந்ததுதான். அரசல் புரசலாய் அவ்வப்போது செய்திகள் வந்திருக்கின்றன. ஆனால் அத்தொழிலாளர்களின் வாழ்வியலோடு சேர்த்து ‘தங்க சுரண்டல்’ பற்றிய ‘ஸ்டோரி’ எழுத ரிஸ்க் எடுக்கத் துணிந்தேன். ரிப்போர்ட்டர் எனச் சொல்லி தேவாலாவிற்குள் சென்றால்,

வெட்டிக் குழியில் போட்டு விடுவார்கள். அலைந்து திரிந்து துபாய் பாய் கூட்டத்தில் ஒருவனை 'சோர்ஸ்' ஆக்கியிருந்தேன். காலேஜ் டாக்குமெண்டரிக்காக போட்டோ எடுக்க போறோம் என்று கைதக்கொல்லியில் இருந்து தங்க சுரங்கத்திற்கு வேலைக்காக புறப்பட்ட ஒரு குழுவுடன் இணைந்தோம்.

"உள்ளே போனா பொணம், வெளியில வந்தா பணம்" என்ற செல்லையா, தினந்தினம் உயிரைப் பணயம் வைத்துப் பிழைக்கும் கதையைச் சொன்னான். குழிக்கு முன்பு அடுப்பு மூட்டப்பட்டு, கட்டன் சாயா ரெடியானது. சூடான டீ தொண்டைக்குள் இறங்க இறங்க புத்துணர்வு தந்தது.

"எனக்கு பூர்வீகம் புதுக்கோட்டை பக்கம்பா, பிரிட்டிஸ் பீரியட்ல பஞ்சம் பொழைக்க தாத்தா சிலோனுக்கு போனராம். நா பொறந்து வெவரம் தெரியுற வரை சிலோன்ல தான் இருந்தோம். முப்பது நாப்பது வருசத்துக்கு முன்னால இங்க வந்திட்டோம். எஸ்டேட்டு வருமானம் வாயிக்கும் வயித்துக்குமே பத்தல. குழி வேலைக்கு வந்து பத்து, பதினாஞ்சு வருசமிருக்கும். என்ன மாரி சிலோன்ல இருந்து வந்தவாங்க இங்க அதிகம்."

"குழியில எத்தன பேரு வேல பாப்பீங்க?"

"ஒரு குழிக்கு பத்து, பதினஞ்சு பேரா ஷிப்ட் பிரிச்சு வேல பாப்போம். அதிர்ஷ்டத்தை நம்பி தான் தொழில் ஓடுது. ஒருக்கா ஒரு குழியில பதினோரு பேர் வேலை செஞ்சாங்களாம். அவங்களுக்கு ஒரே நாளுல ஆளுக்கு பதினோரு இலட்சம் கிடைச்சுசாம். அப்படி ஒரு நா பணக்காரங்க ஆவனு தான், இவ்வளவு ரிஸ்க் எடுக்குறோம்."

"அவங்கள பாத்திருக்கீங்களா?"

"இல்லப்பா, எனக்கு சொன்னவருக்கு வேறொருத்தர் சொன்னாராம்."

"தெனமும் காசு கிடைக்குமா?"

"ஒரு நாள் பாடுபட்டா நூறோ, ஆயிரமோ கிடைக்கும். ஆனா கிடைக்காம வெறும் கையோட போறது தான் அதிகம், பத்து பேரு வேல பாக்குற குழியில பத்து ரூபாய் கிடைச்சா, ஆளுக்கு ஒரு ரூபானு கிடைக்கும்."

"இங்க தங்கம் இருக்குறதா யாரு கண்டுபிடிச்சா?"

"பிரிட்டிஸ் கம்பெனிக்காரங்க தங்கம் எடுத்திட்டு இருந்தாங்க. பெருசா இலாபம் வரலனு, மூடிட்டு போயி எம்பது வருசமாயிருக்கும், திருட்டுதனமா இன்னும் சுரண்டிட்டு தான் இருக்காங்க."

குழிக்குள் உள்ள 'டோனா'வில் (குழியில் இருந்து பிரிந்து செல்லும் சுரங்க வழி) உள்ள தண்ணீரை வெளியேற்றினால் மட்டுமே தொடர்ந்து பணியில் ஈடுபட முடியுமென்றனர். அதற்கான ஓஸ் பைப்களை 12 கிலோமீட்டர் தொலைவில் உள்ள வேறு ஒரு டோனாவில் இருந்து எடுத்துவர வேண்டுமெனவும், அதற்கு முன்பு மதிய உணவு சமைக்க குழிக்குள் இறங்கி டோனாவிற்குள் நுழைந்து தண்ணீர் எடுத்து வர வேண்டுமெனவும் சொன்னார்கள்.

"உள்ளே வர தைரியம் இருக்கா?"

'அதுக்கு தானே வந்தேன்னு' மனதில் நினைத்தபடி, "ரெடி" என்றேன்.

ஜீன்ஸ் பேண்ட் சர்ட் ஆகியவற்றைக் கழற்றிவிட்டு, அவர்கள் கொடுத்த கைலி, பனியனை உடுத்திக் கொண்டேன். குழிக்குள் இறங்க பயந்த ஹரி சமையலுக்கு உதவி செய்து கொண்டிருந்தான். விருந்தினரான எங்களுக்கு மாட்டுக்கறி வாங்கவும், தண்ணீரை வெளியேற்ற மோட்டரை எடுக்கவும் நான்கு பேர் தேவாலாவிற்குப் புறப்பட்டனர்.

"யாரோட வற்புறுத்தலாலும் இறங்க வேணாம், முடியும்னு நினைச்சா மட்டும் இறங்கு" என்றான் ராமு. அவனிடம் பிராந்தி வாடை வீசியது. அழுக்கேறிய தலைக் குல்லா, டீசர்ட், கிழிந்த ஜீன்ஸ் என மெலிந்த தேகத்தோடு இருந்தான். முப்பது வயதிருக்கும். கயிற்றின் உதவியோடு கேமரா பேக் குழிக்குள் அனுப்பப்பட்டது.

"நா இறங்குறத நல்லா கவனிச்சுக்க, அதே மாரி இறங்கணும்" என்றபடி டார்ச் லைட்டினை தலையில் கட்டியபடி, மெல்ல மெல்ல குழிக்குள் இறங்கினான். இரண்டுக்கு இரண்டு அடி அளவில் சதுர வடிவில் கிணறு போல குழி இருந்தது. பயம் இருந்தாலும், அதை வெளிக்காட்டிக் கொள்ளாமல் இறங்கத் துணிந்தேன். சுவற்றின் இருபுறமும் கைகளையும் கால்களையும் வைத்து இறங்க சிறிய பிடிமானம் இருந்தது. தரையில் கைகளை

ஊன்றியபடி, இடது காலை குழிக்குள் இறக்கினேன். கால்களை குழியின் பிடிமானத்தில் வைத்ததும், மண் உதிர்வதை உணர முடிந்தது. அடுத்த அடி வைத்ததும் மீண்டும் மண் உதிர்ந்தது. தலையைக் குனிந்து குழியைப் பார்த்தேன். ஆழம் அடிவயிற்றில் புளியைக் கரைத்தது. பயமும், பதட்டமும் தொற்றிக் கொண்டது. கால்கள் நடுக்கம் கண்டன.

பிடிமானத்தைக் கைகளால் அழுத்திப் பிடித்தபடி நிதானமாக கால்களை இறக்குவதும், பிடி நன்றாகக் கிடைத்தவுடன் கைகளை இறக்குவதுமாய் இறங்கினேன். உள்ளே வெளிச்சம் குறைந்து, இருட்டு அதிகரித்தது. பாதிக் குழி இறங்குவதற்குள் மூச்சிரைத்தது. பூச்சி போல சுவற்றில் ஒட்டிக்கொண்டிருந்தேன். ராமு கீழே இறங்கியிருந்தான். உடலெல்லாம் வியர்த்துக் கொட்டியது. வியர்வையில் பனியன் நனைந்தது. தலையிலிருந்து சொட்டு சொட்டாய் வடிந்த வியர்வைத் துளிகள், முகமெல்லாம் படர்ந்தது. முகத்தில் வடியும் வியர்வையைத் துடைக்க வேண்டுமெனத் தோன்றியது. ஆனால் விழ நேரிடலாம் என்பதால் கைகளை எடுக்க மனம் வரவேயில்லை. ஒரு வழியாய் சமாளித்து மீண்டும் இறங்கத் தொடங்கினேன்.

குழியில் இறங்கியதும் லுங்கியால் முகத்திலும், கையிலும் இருந்த வியர்வையைத் துடைத்தேன். அப்போதுதான் கொஞ்சம் ஆசுவாசமாக இருந்தது. கேமராவை எடுத்து தேவையான படங்களை எடுத்துக் கொண்டேன். டோனாவில் தேங்கியிருந்த தண்ணீரை குடத்தில் நிரப்பிய ராமு, கயிற்றில் கட்டி மேலே அனுப்பினான். மேலே இருந்து கயிற்றை சிலர் இழுக்க, குடம் மேலே போனது. குழியில் ஊற்றுத் தண்ணீர் கொஞ்சம் கொஞ்சமாய் ஊறும், அதை வெளியேற்றினால்தான் வேலை செய்ய முடியும் என்று சொன்ன ராமு, என்னை வேறு ஒரு டோனாவிற்குள் அழைத்துச் சென்றான். எலிப் பொந்துபோல நீண்ட டோனாவில் பாம்பு போல ஊர்ந்து சென்றேன். சுவற்றில் இருந்த குறிப்பிட்ட பகுதியில் தென்பட்ட ‘ரீப்’ பில் தான் தங்கம் இருக்கும் எனக் காண்பித்தான். கருப்பும், பழுப்பும் கலந்திருந்த பாறையில் மஞ்சள் நிறத்தில் ஆங்காங்கே படிந்திருந்த தங்கம் மின்னியது. பாறைகள் உளியால் கொத்தி உடைக்கப்பட்டு, தங்கம் எடுக்கப்பட்டிருந்தது.

வேறொரு டோனாவில் குத்துளி, சுத்தி மூலம் பாறையை ஒருவன் உடைத்துக் கொண்டிருந்தான். கல்லும், மண்ணுமாய்

விழுந்தவற்றை, இன்னொருவன் சிமெண்ட் சாக்கில் எடுத்துப் போட்டான். சாக்கைப் பல்லால் கடித்தபடி குழி சுவரைப் பிடித்தவாறு மேலே தூக்கிச் சென்றான்.

“ப்பபபா... எப்படித் தான் இப்படி எடுத்திட்டு போறீங்களோ.”

“இறங்குனா மாரியே நிதானமாக ஏறுனா போதும்” என்றவாறு ராமு குழியில் இருந்து மேலே ஏறினான். இப்போது பயம் இல்லை என்றாலும், இறங்கியதை விட ஏறுவது கடினமாக இருந்தது. வியர்வை கொட்ட இடையிடையே நின்று நின்று, ஏறி வெளியே வருவதற்குள் போதும்போதும் என்றிருந்தது. செல்லையா கையைக் கொடுத்து மேலே தூக்கி விட்டான். “அட... எங்களுல ஒருத்தனாவே மாறிட்டாயே” என சிரித்தபடி கட்டி அணைத்தான். அதில் அவர்களின் நம்பிக்கைக்கு உரியவனாக மாறிவிட்டதை உணர முடிந்தது.

பசி வயிற்றைக் கிள்ளியது. சமைத்து வைத்திருந்த கஞ்சி, கருவாடு, தக்காளிச் சட்டினியை ஒரு பிடி பிடித்தோம். பாறைக்கட்டிகளை சுத்தியால் அடித்து, சிறு சிறு கட்டிகளாக நான்கைந்து பேர் உடைத்துக் கொண்டிருந்தனர். ஓஸ்களை எடுக்க மீண்டும் நடை பயணம் தொடர்ந்தது. ஹரியும் சேர்ந்து கொண்டான். வழியெங்கும் ஆங்காங்கே பாம்புப் பொந்து போல பராமரிப்பு அற்ற பழைய குழிகள் இருந்தன. அவை கோரைப் புற்களால் மூடப்பட்டிருந்தன. புதிய குழிகளில் மும்முரமாக வேலை நடந்து கொண்டிருந்தது. கரடு முரடான கற்கள், கோரைப் புற்கள் நிறைந்த தடத்தில் இரண்டு மணி நேரம் நடந்து சென்றோம். குழிக்குள் இறங்கிய இருவர், டோனாவிற்குள் சென்று ஓஸ்களை மேலே அனுப்பினர். ஓஸ்களை எடுத்துக்கொண்டு மீண்டும் குழிக்கு நடையைக் கட்டினோம்.

வழியில் தென்பட்ட ஒரு நீரோடையில் முகத்தைக் கழுவியபடி, தண்ணீரில் கால்களை வைத்து அமர்ந்தேன். சிறு சிறு கருப்பு மீன்கள் கூட்டங்கூட்டமாய் மொய்த்தன. மீன் கடியை அனுபவித்தபடி, வேடிக்கை பார்த்தேன். வயது முதிர்ந்த பெண்களும் ஆண்களும் தலையில் துண்டு, அழுக்குத் துணிகளோடு காட்சியளித்தனர். பின்னால் சிமெண்ட் சாக்குகளும், குவியல் குவியலாய் கற்களும் கிடந்தன.

“யாருப்பா புதுசா இருக்கு?” ஒருத்தன் கேட்டான்.

"தெரிஞ்ச பைய தா" என்றான் செல்லையா.

சிறு சிறு கட்டிகளாக உடைக்கப்பட்ட தங்கப் பாறைகளை எடுத்து வந்து கழுவி, சல்லடையில் சலித்துக் கொண்டிருந்தனர். அவர்களின் அனுபவத்தில் எதில் தங்கம் இருக்கிறது என்பதை தெரிந்து வைத்திருந்தனர். அக்கட்டிகளை மாவு அரைக்கும் மில்லில் அரைத்து, அதில் பாதரசம், மெர்குரி கலக்கும்போது தங்கம் தனியாகப் பிரிந்து வருமெனவும், 10 கிலோ மண்கட்டியில் 1 கிராம் தங்கம் கிடைக்கலாம், சில நேரத்தில் அதிகமாகவும் கிடைக்கலாமெனவும் விளக்கினர். குறிப்பிட்ட அளவு தங்கம் கிடைத்ததும், தேவாலா, நாடுகாணி நகைப் பட்டறைகளில் விற்பனை செய்து விடுவோம். அதிகம் கிடைக்கும் பட்சத்தில், கேரளா சென்று விற்பனை செய்வோம் என்றனர்.

குழியை அடைவதற்குள் மாலை மங்கி இருட்டுக் கட்டியது. அடர்ந்திறங்கும் பனியில் யாவும் உறைந்து உருவமிழந்தன. ஆங்காங்கே வைக்கப்பட்டிருந்த டார்ச் லைட்கள் வெளிச்சமிட்டன. அகங்காரமாய் வீசும் காற்றில், குளிரின் கடுமை கூட உடல் நடுங்கி பற்கள் அடித்தது. பொறுக்கி வந்த விறகுகளால், குளிர் காய தீ மூட்டினர். இரண்டு கைகளையும் தேய்த்தபடி குளிர் காய்ந்தேன். சிலர் சரக்கில் குளிர் காய்ந்து கொண்டிருந்தனர். பிராந்தி வாசமும், பீடி வாசமும் சூழ்ந்திருந்தது. மாட்டுக்கறி அடுப்பில் வெந்து கொண்டிருந்தது. சாப்பிட்ட பின் டவுனுக்குச் செல்பவர்களுடன் கிளம்பி விடுகிறோம் என்று சொன்னபோது, "இன்னிக்கு ஒரு ராத்திரி எங்களோட இருந்திட்டு போங்களேன்" என செல்லையா கேட்ட தொனியில், மறுநாள் கிளம்ப மனம் தயாரானது.

டோனா தண்ணீரை வெளியேற்ற குழிக்குள் கயிற்றால் மோட்டரை இறக்கினர். குழிக்குள் இறங்கிய இரண்டு பேர் மண்ணெண்ணெயை ஊற்றி, மோட்டரை இயக்க முயன்றனர். மோட்டர் கோளாறு காரணத்தால், அம்முயற்சி தோல்வியில் முடிந்தது. "இன்னிக்கு பொழப்பு போச்சு" எனப் புலம்பியபடி சாப்பிட அமர்ந்தனர். செல்லையா கோட்டர் பிராந்தி பாட்டிலைத் திறந்து, ஒரே மூச்சில் உள்ளே இறக்கினான். வாயைக் கையால் துடைத்தபடி, பாட்டிலை தூர எறிந்தான். போதையில் உளறிய வார்த்தைகளில், சொல்லப்படாத கதைகள் கொட்டின.

“ஏமாறது ஒன்னும் புதுசு இல்ல, தெனந்தினம் ஏமாத்தம் தான்... நகை பட்டறைக்காரங்க தங்கம் ஏதும் இல்லனும், தரம் இல்லனும் ஏமாத்துறதும், பணம் கம்மியா கொடுக்கறதும் நடக்கும். அது எங்களுக்கே தெரியும்னாலும், எங்களால என்ன பண்ண முடியும்?”

“போலீசு, பாரெஸ்ட்காரங்க யாரும் வர மாட்டாங்களா?”

“கட்டிங் வாங்குறதுல கரட்டா இருந்தாலும், பெரச்சனை ஆகாத வரைக்கும், ஒரு சிக்கலும் இல்ல. ரெண்டு வருசத்துக்கு முன்னால குழியில பாறை சரிஞ்சு ஒருத்தன் செத்தது, பெரிய பெரச்சனையாகிடுச்சு. அப்போ எங்கள மேல போலீசு கேசு விழுந்துச்சு. அரெஸ்ட் பண்ணுன போட்டோ பேப்பர்ல எல்லா வந்துச்சு.”

“எதுக்குணா இவ்வளவு ரிஸ்க்கு? வேற வேலைக்கு போலாம்ல?”

“இந்தா, ராமு ரெண்டு டிகிரி படிச்சிட்டு லாரி டிரைவர் வேல பாக்குறான். எஸ்டேட்டு வேல, கூலி வேல, இத விட்டா இந்த காட்டுல என்னயிருக்கு?” என்ற செல்லையா சிறு இடைவெளி விட்டு, “நாங்க தா இல்லாதப்பட்டவங்க, இந்த துபாய் பாய்க்கு என்ன கேடு? கோடிக்கோடியாய் பணத்த வைச்சிட்டு, இன்னும் சம்பாதிக்கணும்னு குழியில பணத்த போட்டிட்டு இருக்கான்.”

“போதையில கண்டதையும் உளறாத” மணி குறுக்கிட்டு, பேச்சை திசை திருப்ப முயன்றான்.

“நீ சும்மா கெட... இல்லாததையா சொல்லுறோம்? நம்ம பசங்க தானே” என்ற செல்லையா பேச்சைத் தொடர்ந்தான்.

“பதினஞ்சு குழிய துபாய் பாய் வாங்கிருக்கான். அதுல வாங்குன கடனுக்கு குழிய கொடுத்திட்டு, கூலிக்கு வேல பாக்குறவங்க ஜாஸ்தி. எப்போ காசு கிடைக்கும்னு தெரியாம, குழி தோண்ட காசு இல்லாம இருக்கறதுக்கு, கெடைக்குற காசுக்கு குழிய கொடுத்தடறாங்க. அப்புறம் தங்கத்துல பத்து ரூபா கிடைச்சா அஞ்சு துபாய் பாய்க்கு, மிஞ்ச அஞ்சுதா வேல செஞ்சவங்களுக்கு. நாங்க தங்கத்த சுரண்டுறோம், மத்தவங்க எங்கள சுரண்டுறாங்க” என உளறியபடி செல்லையா போதையில் சரிந்தான்.

அடுத்தநாள் விடிந்ததும் டவுனுக்குக் கிளம்பினோம். “உங்கள பாத்ததுல ரொம்ப சந்தோசம்பா, அப்பப்போ வந்திட்டு போங்க” என்றபடி செல்லையா வழியனுப்பினான். வழிகாட்ட ராமு உடன் வந்தான். வழியில் சிலர் சலித்த தங்க மண் மூட்டையை தலையில் சுமந்தவாறு, ‘என்றோ ஒரு நா லட்சாதிபதி ஆயிடுவேன்கிற நம்பிக்கையில’ வீடு திரும்பிக் கொண்டிருந்தனர்.

‘சுரண்டப்படும் தொழிலாளர்கள்’, ‘பணத்திற்காக பணயம் வைக்கப்படும் உயிர்கள்’ என வீட்டிற்கு வந்ததும் ஸ்டோரி அடித்து, போட்டோக்களுடன் அனுப்பினேன். அதைப் படித்துப் பார்த்த ஹரி, “சூப்பர் ஸ்டோரிடா, நல்ல நேம் கிடைக்கும்” எனப் பாராட்டினான். ஹரியின் பாராட்டு உயிரைப் பணயம் வைத்து எடுத்த ரிஸ்க்கிற்கு நியாயம் சேர்ப்பதாக இருந்தது. ஏற்கனவே சீப் ரிப்போர்ட்டரிடம் சொல்லியிருந்ததால், காலையில் நாளிதழில் வந்துவிடும் என்ற நம்பிக்கையும் இருந்தது. சாதித்த நிம்மதியோடு தூங்கப் போனேன்.

காலையில் எழுந்ததும் கதவிற்கருகே பேப்பர் கிடந்தது. ஆர்வத்தோடு பேப்பரைப் புரட்டினேன். என் முழு பக்க ஸ்டோரி வந்திருந்தது. ‘தங்க மலை மர்மங்கள், ஒரு எக்ஸ்குளுசிவ் கள ரிப்போர்ட்’ என தலைப்பு மாற்றப்பட்டு இருந்தது. வரிக்கு வரி எழுத்து மாறாமல் நான் எழுதியது அப்படியே இருந்தது. கூடுதலாக ஆபிசர்ஸ் வெர்சன் இணைக்கப்பட்டிருந்தது. ஆனால் ‘பைலைனில்’ என் பெயர் இடம்பெறவில்லை. சீப் ரிப்போர்ட்டர் சுதர்சன் என இருந்தது. பேப்பரைக் கசக்கி எறிந்து விட்டு, கோபமும், ஆத்திரமும் பொங்க அலுவலகத்தை நோக்கிக் கிளம்பினேன்.

“அவங்க உழைப்பு சுரண்டல பத்தி நா எழுதுனேன், என் சுரண்டப்பட்ட உழைப்ப யார் எழுதுறது?” என்ற வார்த்தைகள் காதில் கேட்டுக்கொண்டேயிருந்தன. வடியும் கண்ணீரில் வலி அதிகமிருந்தது.

- பேசும் புதிய சக்தி

◆◆◆

காட்டிலே யானைகள் இருந்தன

காடே தனதெனக் கிடந்தது வெயில். குறுக்கும், நெடுக்குமாய் விரவிக்கிடந்த மலைகள் காய்ந்து கருகியிருந்தன. காற்றின் வருகைக்காக காத்திருந்த மரங்கள் மெல்ல அசைந்தன. காற்றிலாடும் தூசியைப் போல, ரங்கனின் மனம் எங்கெங்கோ அலைந்தது. எவ்வளவு முயற்சித்தும் மனம் நிலைகொள்ள மறுத்தது. மலையடிவார வேப்பமரத்தின் மீது போடப்பட்ட பரணில் நின்றபடி, ரங்கன் கண்களைத் தேட விட்டான். கண்ணுக்கு எட்டிய தூரம் வரை எந்த நடமாட்டமும் இல்லை. பழுப்பும் பச்சையும் சீரற்றுக் கலந்திருந்த உடையில், வேட்டைத் தடுப்புக் காவலர் என்ற பட்டை இருந்தது. பாக்கெட்டில் இருந்த பீடியை எடுத்து பற்ற வைத்து புகையினை ஊதினான். புகையோடு சேர்ந்து மனமும் அலைக்கழிந்தது.

‘இருட்டு எறங்க, எறங்க ஆனெகளும் கூட்டம் கூட்டமா எறங்கிடும். தீவணமும், தண்ணியும் இல்லாதனால இப்ப பகல்லயே இறங்கிடுதுக. இதுல ராஜாவ எங்க தேடி பிடிக்கறது? தடமிருக்கிற வரீக்கும் காட்டுக்குள்ள போய் பார்த்தாச்சு. அதுக்கு மேல போகலாம்னா புதர் மண்டிக் கெடக்கு. எதுக்க ஆனெ வந்தாலும் தெரியாது, தப்பிச்சும் வர முடியாது. ஆர்டர் போடுறது சுலபம் தா. காட்டுல வந்து பாத்தா தானே, நம்ம பாடு தெரியும். என்ன

பண்ண? எதுக்கும் கொஞ்சம் பொறுத்துப் பாப்போம்' என பரணில் அமர்ந்தான்.

மேய்ச்சல் முடிந்து ஆடுகள் வரிசையாய் வந்தன. மேய்ப்பன் இல்லை என்றாலும், அவை வருவதில் ஒரு ஒழுங்கிருந்தது. ஆடுகள் சென்ற வெகு நேரத்திற்குப் பின்னர், ஆட்டுக்குட்டியை தோளில் சுமந்தபடி கையில் குச்சியுடன் மேய்ப்பன் வந்தான். "யோவ்... கரட்டி இங்க வா" என ரங்கன் கூப்பிட்டான். கிழிந்த கருப்புக் கட்டம் போட்ட சட்டை, தலையில் உருமாடு, வெற்றிலை போட்டு சிவந்த வாய், ஒடுங்கிய முகத்தை மறைக்கும் லேசான தாடி என இருந்த கரட்டி, "என்ன ரெங்கா?" எனக் கேட்டான்.

"ராசா பத்தி எதாச்சும் தகவல் இருக்காய்யா?"

"இல்ல ரெங்கா... நீங்க பண்ணுறது நியாயமா?"

"டிபார்ட்மெண்டுல யாருக்கும் பிடிக்கறுதுல இண்ட்ரெஸ்ட் இல்ல, வெவசாயிக கலெக்டர் ஆபிஸ், டி.எப்.ஓ ஆபிஸ், முற்றுகை, மறியல்னு தொல்லை பண்ணுறாங்க, பிடிக்கச் சொல்லி மினிஸ்டர் பிரசர். என்ன பண்ணுறது கரட்டி?"

"நம்த்தது சாண் வயரு, அதுக்கு பெல்லா வயறு, ஏங்க போவினா, பெணாங்காதலா... பசியில வூட்டுக்குள்ள புந்தாலும் குஞ்சு, குழந்தைகள, ஆளுகள தொட்டிருக்கா? எதுக்க வந்தாலும் கையெடுத்துக் கும்பிட்டு போ சாமினா திரும்பிப் போயிடுவானே? நாம வாயிக்கு ருசியா என்னென்ன திண்ணுறோம்? அது போற வர வழியில வாழ, கரும்புனு போட்டா அதுக்கு ருசியா திங்க தோணாதா?" என்ற கரட்டி சிறு இடைவெளி விட்டு, "மலய்யயும், காட்டய்யும் பட்டா போட்டிட்டு, வூருக்குள்ள வருதுனு சொல்லிறது நியாயமா? அதுக்கு வாழிடமும், வலசயும் வேணாமா? இப்படி புடிக்க ஆரம்பிச்சா, காட்டுல எந்த ஜீவனும் இருக்காது" என்றபடி ஆட்டைத் தூக்கிக்கொண்டு சென்றான். வெகு தொலைவிற்குச் சென்று புள்ளியாய் மாறி மறையும் வரை ரங்கன் அவனையே பார்த்தபடி இருந்தான்.

★

“ஆனெ, பன்னி திங்கதா கடன உடன வாங்கி வெவசாயம் பண்ணுறோமா? வெள்ளாமை பண்ண மழ, தண்ணி இல்ல, வெளஞ்சா வெலயில்ல. நாலு காசு வந்தா தானே நாங்களும் பொழைக்க முடியும். இதுல ராசா ஆனயால ஒரே தலவலி. நிம்மதியா நைட்டுல தூங்கி ஒன்றரை மாசமாச்சு. தெனமும் தூக்கம் கெட்டு விடிய விடிய எத்தன நாளுக்கு வெரட்டுறது? ஒன்னு நீங்க பிடிச்சிட்டு போங்க, இல்லானா சுட்டுக் கொல்ல பெர்மிசன் கொடுங்க.” பழனிசாமி, ரேஞ்சரைப் பார்த்து ஆவேசமாகச் சொன்னான்.

“அந்த யானைய பிடிக்க தானே 4 கும்கிய கொண்டு வந்து நிறுத்திருக்கோம், ஆர்டரும் வந்திடுச்சு. பிடுச்சுட்டு போக எல்லாம் ரெடியா இருக்கு.” ரேஞ்சர் பதிலளித்தான்.

“இன்னும் எத்தன நாளிக்கு இதயே சொல்லுவீங்க? ஒன்னு நாங்க இருக்கணும், இல்ல அந்த ஆனெ இருக்கணும். ரெண்டுல ஒரு முடிவ சொல்லுங்க” என பழனிசாமி மீசையை முறுக்கினான்.

“நம்புங்க சார், எங்க ஆளுகளும் ராப்பகலா அலைஞ்சிட்டு தான் இருக்காங்க. இன்னும் ரெண்டோரு நாள் பொறுத்துக்கங்க, பிளீஸ்” என்றான் ரேஞ்சர்.

“இன்னும் ரெண்டு நாளுல பிடிக்கலானா டி.எப்.ஓ. ஆபிஸ்லையே நாங்க குடும்பம், குட்டியோட வந்து குடியிருந்திக்குவோம். அங்க தான் ஆனெ எதுவும் வராது, உயிர்பயம் இல்லாம நிம்மதியா இருக்கலாம்” என்றான் பழனிசாமி.

“கண்டிப்பா பிடிச்சிடுவோம், நிம்மதியா போயிட்டு வாங்க” என்றான் ரேஞ்சர்.

“என்ன பண்ணுவிங்களோ எங்களுக்கு தெரியாது, எங்க பட்டா நெலத்துக்குள்ள ஆனெ வரக்கூடாது, அவ்வளவு தான்” என்றபடி பழனிசாமியும், உடன் வந்த நான்கு பேரும் வெளியே கிளம்பினார்கள்.

★

சுற்றும் முற்றும் இருட்டு திரண்டிருந்தது. ‘கிச்ச்ச்... ச்ச்ச்...’ என பூச்சிகள் சத்தமிட்டபடி இருந்தன. தூரத்தில் சாலையோர தெரு விளக்கு விட்டு விட்டு எரிந்து கொண்டிருந்தது. டியூப்லைட்டின்

கீழ் இருட்டும், வெளிச்சமும் மாறி, மாறி வந்தது. பீடியைப் பற்ற வைக்க உரசிய தீக்குச்சி வெளிச்சத்தில், ரங்கனின் முகம் வாட்சர் குமாருக்கு தெரிந்தது. டியூப் லைட் வெளிச்சம் வந்த பக்கம் பார்வையைத் திருப்பினான். இருட்டில் இருந்து வெளிச்சம் வந்தபோது, லைட்டின் கீழ் யானை நின்றிருப்பது போலத் தெரிந்தது. கண்களை கையால் தேய்த்து விட்டு, மீண்டும் பார்த்தான். டியூப்லைட்டின் கீழ் கருத்த, பெருத்த உடம்புடனும், கூர்மையான மினுங்கும் நீண்ட தந்தங்களுடனும் ஆஜானுபாகுவாய் நின்றிருந்தது ஒரு யானை. "ராஜா" என முணுமுணுத்தபடி, ரங்கனின் தோளில் தட்டி, லைட்டை நோக்கி பார்க்கும்படி சைகை செய்தான். ராஜா தும்பிக்கையை தூக்கிப் பிளிறியது. பிளிறல் காடெங்கும் எதிரொலித்தது.

ராஜா மெல்ல நடந்து சென்று, வெளிச்சத்தில் இருந்து மறைந்தது. குமார் டார்ச்லைட்டினை இடமிருந்து வலமாகத் திருப்பினான். இருட்டைக் கிழித்துச் சென்ற வெளிச்சத்தில் யானை நடந்து செல்வது தெரிந்தது. கொஞ்ச தூரம் நடந்த ராஜா எதிர்பட்ட ஒரு பெட்டிக்கடையின் முன்பு நின்றது. தும்பிக்கையைத் தூக்கி முகர்ந்து பார்த்தது. சட்டென கடையின் ஓட்டை தும்பிக்கையால் அடித்து உடைத்த ராஜா, உடைந்த ஓட்டின் வழியாக தும்பிக்கையை நுழைத்து கடைக்குள் தேடியது. எவ்வளவு முயன்றும் வெறும் இரண்டு குடல் பாக்கெட்டுகளே கிடைத்தன. குடல் பாக்கெட்டை வெளியே எடுத்த ராஜா, அதைத் தின்றுவிட்டு பிளாஸ்டிக் கவரை கடைக்குள் போட்டு விட்டு நகர்ந்தது.

பழனிசாமியின் வாழைத்தோட்டத்தைச் சுற்றி எழுப்பட்ட காம்பவுண்ட் சுவர் ராஜாவை மறித்தது. தும்பிக்கையால் காம்பவுண்ட் சுவரின் மேல்பாகத்தை கொஞ்சம் உடைத்துத் தள்ளிய அது, வலது முன்னங்காலைத் தூக்கிப் பார்த்தது. சுவர் தாண்டுமளவு இருந்ததால் வலது மற்றும் இடது முன்னங்கால்களை சுவரைத் தாண்டி வைத்தது. அதன் முன்னங்கால்கள் சுவரைத் தாண்டியும், வயிறு சுவர் மீதும் இருந்தது. அப்படியே ஒரு நிமிடம் நிதானித்த ராஜா, பின்னங்கால்களை அடுத்தடுத்து இழுத்து சுவரைத் தாண்டியது. வாழைத் தோப்பிற்குள் நுழைந்த ராஜா வயிறாரத் தின்று தீர்த்தது. வாழைத்தோப்பிற்குள் நுழைந்த ரங்கனும், குமாரும்

யானையைப் பார்க்கவும், குமாரின் செல்போன் "குக்கூ..." எனச் சத்தமிடவும் சரியாய் இருந்தது. குமார், அதை எடுத்து காதில் வைத்தபடி, "ஐயா.. சொல்லுங்க."

"என்னய்யா புடுங்கிட்டு இருக்கீங்க?" ரேஞ்சர் போனில் கேட்டான்.

"பழனிசாமி தோப்புல ஆனெ வந்திடுச்சுனு தகவல் வந்துச்சு, அதா பக்கலாம்னு வந்தோம்."

"ரெண்டு வெடிய போட்டு ரோட்ட தாண்டி, அடுத்த லிமிட்டுக்கு அனுப்பிட்டு வர வேண்டியது தானே?"

"இல்லைங்கய்யா, ஊருக்குள்ள போயிடுச்சுணா வம்பாயிடும்."

"நீ ரேஞ்சரா, நான் ரேஞ்சரா? ஒழுங்கா சொன்னத மட்டும் செய்."

"ஏய்ய்ய்... ஏய்ய்... போ, போ" என கத்தியபடி, ரங்கன் தோளில் தொங்கவிடப்பட்டிருந்த கயிற்றில் பட்டாசைப் பற்ற வைத்து, "உப்ப்ப்" என ஊதியபடி யானையை நோக்கி வீசினான். பறந்து சென்ற பட்டாசு யானைக்கருகே டப்பென வெடித்தது. மூன்று, நான்கு பட்டாசுகளை எதிர்த்து வந்த யானை, அடுத்தடுத்து விழுந்த பட்டாசுகளில் ஓடியது. அப்போது காட்டோரம் கடைவிரித்திருந்த யோகி யோகா மையத்துக்குள் புகுந்து ரணகளபடுத்தியது.

நிம்மதி தேடி வருபவர்களால் நிம்மதி இழந்தது காடு. உலகம் முழுக்க கிளைவிட்டிருந்த யோகி யோகா மையத்தின் வேர், இந்தக் காட்டோரம் இருந்தது. கூட்டம் அதிகமாக அதிகமாக கட்டிடங்களும் அதிகரித்தது. அதற்கு எந்த அனுமதியும் தேவையாய் இருக்கவில்லை. "பட்டா நெலத்துல தானே கட்டுறோம்" என யோகா மையத்தினர் வாதிட்டாலும், யானைக்கு அது வலசைப் பாதை. பாதை மாறிய யானைகள் ஊருக்குள் போவது அதிகமாக, ஆட்களும், யானைகளும் சாவது வழக்கமாகியது. காட்டில் மரத்தை வெட்டிவிட்டு, ஊருக்குள் மரம் நடுவதும், குப்பைகளை காட்டில் கொட்டிவிட்டு, ஊருக்குள் சுத்தம் பண்ணுவதும் அவர்களின் முரண்நகை பாணி.

"ஊருக்குள்ள வருது, தோட்டத்துல புகுதுனு" யானை மேல கோபப்பட்ட யாரும், யோகா மையத்தின் மீது

கோபப்படவில்லை. கோபம் வராதபடி யோகா மையமும் பார்த்துக்கொண்டது. வெளியூர்காரர்களுக்கு நிம்மதி தரும் இடம் என்றாலும், உள்ளூர்காரர்களுக்கு வேலையும், வாழ்வும் அளிக்குமிடம். அதையும் மீறி எதிர்த்த கட்சிகளையும், ஆட்களையும் காசால் அடித்தும், போலீசை கையில் போட்டுக்கொண்டு கேசால் அடித்தும் சரிகட்டினர். ஆனால் யானையை எதனால் அடக்குவது? நியாயப்படி நாயை அடித்துக் கொல்ல வேண்டுமென்றால் அது வெறிநாய் என்று எல்லாரையும் நம்ப வைக்க வேண்டும். அதுதான் ராஜாவுக்கும் நடந்திருந்தது. 'ஆப்பரேசன் ராஜா' என்ற பெயரில் காடு கடத்த முடிவானது.

★

காட்டில் தான் இருக்கிறது. ஆனா காட்டோடு எந்தத் தொடர்பும் இல்லை. ஆற்று நீரில் உருவம் தெரியும்போதுதான், யானை என்றே அதற்கு நினைவு வரும். அந்தளவு யானையின் குணங்களை மறந்து வெகுநாளாகிவிட்டது. மரத்தோடு பிணைக்கப்பட்ட இரும்புச் சங்கிலியின் நீளம்தான், அதன் சுதந்திர தூரம். நிற்கும் இடத்துக்கு உணவும், தண்ணியும் தேடி வரும். காட்டு யானையோ என்று மிரட்சியோடு நின்று பார்த்தவர்கள், பின் தொடர்ந்து வரும் சங்கிலியையும், பாகனையும் பாத்து "அட... ச்சீ, கும்கியா" என ஏளனமாகச் சொல்வதுண்டு. அவ்வளவு பெரிய உருவம் மாவூத்தின் கையில் இருக்கும் சிறிய குச்சிக்கு அடங்கிப் போகும். அந்தக் குச்சி வெறும் குச்சியல்ல, வலி. அந்த வலியே விஜயை கும்கியாக மாற்றியது.

எப்போதும்போல தாய் யானையும் குட்டியும் காட்டிலிருந்து கிளம்பின. அந்தி சாயும் நேரம் கிளம்பி, விடிந்ததும் காட்டிற்குத் திரும்புவது வழக்கம். அவற்றின் வலசைப் பாதை காட்டிற்கும், யோகா மையத்துக்கும் இடையே இருந்தது. ஏற்கனவே பாதையை மறித்து எழுப்பப்பட்ட செங்கல் சுவரை, உடைத்தெறிந்திருந்தன. அன்று புதிதாய் மறித்த மின்வேலி மீது காலை வைத்த தாய் யானை, மின்சாரம் தாக்கி மாண்டது. கண்ணீர் கொட்ட குட்டி யானை, தாய் யானையை முட்டி மோதி எழுப்ப முயன்றது. எவ்வளவு முயன்றும் அம்முயற்சிக்கு பலன் கிடைக்கவில்லை. பின்னாளில் ஆவேசமாய் சுற்றித் திரிந்த குட்டி

ஊருக்குள் அடிக்கடி புகுந்தது. ஒருமுறை எதிரே வந்த இருவரை மிதித்துக் கொன்று “கில்லர்” எனப் பெயர் பெற்றது.

கில்லர் கரோலில் அடைக்கப்பட்டிருந்தது. நான்கு கால்களும் இரும்புச் சங்கிலியால் கட்டப்பட்டிருந்தன. யானையின் இயல்பு மடிந்து, கும்கியாக மாற 48 நாட்களாகின. ஆரம்பத்தில் அடங்க மறுத்து பெரும் ரகளை செய்தது. அடியாலும், பசியாலும் வாட்டி வதைக்கப்பட்டது. ஒரு கட்டத்தில் பசி, யானையை அடி பணிய வைத்தது. கரும்பைக் காட்டி இரும்பை உருக்கும் வேலை எடுபட்டது. மாவூத்தின் கையில் இருக்கும் குச்சிக்கு அடிபணிந்து, கட்டளைகளை ஏற்றுச் செய்தது. நாட்கள் சென்றன. கில்லர் யானை, இப்போது கும்கி விஜய்யாக மாறியிருந்தது. விஜய்யைக் கண்டால் மத்த யானைகளே கிலி கொள்ளும். எப்பேர்ப்பட்ட காட்டு யானையையும் அசால்ட்டாக விரட்டி அடித்துவிடும் என்பதால், காட்டு யானைகளை விரட்ட வனத்துறையினரின் முதல் சாய்ஸ் கும்கி விஜய் தான்.

★

விஜய் கும்கி மஞ்சள் நிறக் கயிற்றால் கட்டப்பட்ட ராஜாவை பின்னால் முட்டித்தள்ள, மற்றொரு கும்கி இழுத்துக் கொண்டிருந்தது. அக்கயிற்றின் முனையைப் பிடித்து ரங்கன், குமாரோடு சேர்த்து பத்திருபது பாரெஸ்ட்காரரர்கள் இழுத்தனர். விஜய்யின் மீது அமர்ந்திருந்த பாகன் தனது கால் விரலால் அழுத்தம் தரத்தர அது முட்டித் தள்ளியது. அரை மயக்கத்தில் இருந்த ராஜா நகராமல் முரண்டு பிடித்தது. விஜய் முட்டியும், தந்தத்தால் குத்தியும் ராஜாவை முன்னேயிருந்த லாரியை நோக்கித் தள்ளியது. ஒவ்வொரு முறை முட்டித் தள்ளும்போதும், ராஜா ஆவேசமாய்ப் பிளிறியது. தந்தம் குத்தக் குத்த கால் காயத்திலிருந்து ரத்தம் வடிந்தது. திடீரென ஆக்ரோசமான ராஜா, விஜய்யை தந்தத்தால் முட்டியது. பதிலுக்கு விஜய்யும் முட்ட இரண்டும் தந்தத்தாலும், தும்பிக்கையாலும் முட்டி மோதின. வலுக்கொடுக்க முடியாத ராஜாவை, விஜய் வலுவாய் முட்டித் தள்ள லாரிக்கருகே போய் நின்றது. சுற்றித் திரண்டிருந்த ஆட்கள் கூட்டம் ஆரவாரம் செய்தது.

பல நாட்களாக நடந்த கண்ணாமூச்சி ஆட்டம், அந்த விடியற்காலையில் முடிவுக்கு வந்திருந்தது. அதனுடைய

மலையடிவாரக் காட்டிலேயே வசமாகச் சிக்கியது. தன் பாதையில் சுதந்திரமாக நடந்ததற்காக சிறைபடுத்தப்பட்டிருந்தது. ஒரு மரத்திற்குப் பின்னால் மறைந்து நின்றிருந்த பாரெஸ்ட் டாக்டர் ஊசி பொருத்தப்பட்டிருந்த துப்பாக்கியால் யானையை நோக்கிச் சுட்டான். 'விர்ர்ர்' என சென்ற ஊசி யானையின் பின்னங்காலில் ஏறி நின்றது. யானை பிளிறிக்கொண்டே அங்கேயும் இங்கேயும் ஓடி, ஓடி ஓய்ந்தது. துப்பாக்கியில் இருந்து கிளம்பிய இன்னொரு ஊசி வயிற்றில் ஏறியது. வரவழைக்கப்பட்ட நான்கு கும்கிகள் சுற்றி நிறுத்தப்பட்டன. அரை மயக்கத்தில் நின்றிருந்த யானையை கும்கிகள் நகர விடாமல் தடுத்து நிறுத்த, அதன் கழுத்தில் பாகன் ஒருவன் கயிற்றைக் கட்டினான். கயிற்றின் முனையைப் பிடித்து ஒரு கும்கி இழுக்க, பின்னால் இருந்து விஜய் முட்டித் தள்ளியது. மேடு, பள்ளம் பார்க்கமால் இழுபட்ட ராஜா விழுந்து விழுந்து எழுந்தது.

விஜய் ஆக்ரோசமாக முட்டித் தள்ளியதில், ராஜா லாரியில் மோதி விழுந்தது. தடுமாறியபடி எழுந்து நின்றது. தொடர்ந்து விஜய் தள்ளத்தள்ள லாரிக்குள் மெல்ல ராஜா நுழைந்தது. லாரிக்குள் செல்லச் செல்ல "ஏய்... ஹே" என திரண்டிருந்த மக்கள் கூட்டம் கத்தியபடி விசிலடித்தும், கைதட்டியும் ஆரவாரம் செய்தது. யானையின் கழுத்தில் இருந்த கயிற்றை லாரியோடு சேர்த்துக் கட்டி, அதனால் நகர முடியாதபடி காலுக்குப் பின்னால் ஒரு பெரிய மரக்கட்டை வைக்கப்பட்டது. கூட்டத்தைப் பார்த்து டாட்டா காட்டுவது போல தும்பிக்கையை தூக்கி ஆட்டியபடி விடைபெற்றுச் சென்றது ராஜா.

வரகளியாறு முகாமில் ராஜா கரோலில் அடைக்கப்பட்டது. காட்டு யானைகளை விரட்டும் கும்கிகள் பற்றாக்குறையைப் போக்க, மிரட்டும் உருவம் கொண்ட ராஜா வனத்துறைக்கு தேவையாய் இருந்தது. கும்கியாக்கும் முயற்சியாக நகரவோ, திரும்பவோ முடியாதபடி கூண்டில் அடைபட்டிருந்தது. பிளிறியபடி ஆவேசமாக மரக்கட்டைகளில் முட்டி மோதியது. அடர்ந்த காட்டின் அமைதியை அதன் அலறல் கிழித்தது. கரோல் கூண்டை ரங்கன் திரும்பிப் பார்த்தான். காடே கூண்டிலடைப்பட்டு இருப்பதுபோலத் தெரிந்தது. கூண்டில் முட்டி மோதிய ராஜாவை பார்த்தபோது, மனம் பதைபதைத்தது.

தும்பிக்கையால் கட்டைகளை அடித்தும், இரண்டு கால்களில் நின்றபடி, பின்னங்கால்களால் உதைத்தும் பார்த்தது. பிளிறியபடி கட்டைகளில் தலையால் முட்டி மோதியது. கூண்டிலிருந்து தப்ப ஏதேதோ செய்து பார்த்தது. ஒன்றும் எடுபடவில்லை. ராஜாவைக் கட்டுப்படுத்த வழிதெரியாமல் டாக்டர் துப்பாக்கியால் மயக்க ஊசியைச் செலுத்தினான். ஊசி ராஜாவின் பின்னங்காலில் ஏறியதும், அதன் உடல் சிலிர்த்து அடங்கியது. அப்படியே கூண்டிற்குள் மெதுவாக கால்கள் மடங்க ‘டமார்’ என சரிந்து விழுந்தது. அதன் அதிர்வு ரங்கனின் மனதிலும் எதிரொலித்தது. ரங்கன் கரோலைப் பார்த்தான். அங்கிருந்த கூட்டம் கரோலை நோக்கி ஓடிக்கொண்டிருந்தது. ரங்கனும் வேகவேகமாக ஓடினான். ராஜாவைப் பரிசோதித்துக் கொண்டிருந்த டாக்டரின் முகத்தில் பதட்டம் தெரிந்தது. முகமெங்கும் வியர்வை கொட்டியது. ஏதேதோ செய்து பார்த்தான். பாக்கெட்டில் இருந்த கைக்குட்டையை எடுத்து முகத்தைத் துடைத்தபடி, டி.எப்.ஓ.விடம் சென்றான். இருவரும் பேசிக்கொண்டு தலையை குத்திக் கொண்டனர். அது ராஜா உயிரிழந்து விட்டதை உணர்த்துவதாக இருந்தது. டி.எப்.ஓ. செல்போனை எடுத்துக்கொண்டு தனியாக நடந்தான். சுற்றி நின்றிருந்த கூட்டம் செய்வதறியாது திகைத்து நின்றது. ரங்கன் வடிந்த கண்ணீரை, யாருக்கும் தெரியாமல் துடைத்துக் கொண்டான்.

★

காடு இயல்பு நிலைக்குத் திரும்பியது. யோகா மையத்தில் ஆட்கள் கூட்டம் மொய்த்துக் கொண்டிருந்தது. பழனிசாமி தோட்டத்தில் புகுந்த யானைகளை தூக்கம் தொலைத்து ரங்கனும், குமாரும் விரட்டிக் கொண்டிருந்தனர். வலசையையும், வாழிடத்தையும் மின்வேலிக்குள் தொலைத்த யானைக் கூட்டமொன்று, உணவு தேடித்தேடி அலைந்தலைந்து கலைத்தது. பசி தீர்க்க குட்டிகளோடு யானைக் கூட்டம் குப்பை மேட்டைக் கிளறிக் கொண்டிருந்தன. கரோல் மற்றுமொரு யானையின் வருகைக்காகக் காத்திருந்தது.

- இளைஞர் முழக்கம்

◆◆◆

கானகம்

“காடுகாடா சுத்துனாலும், ஒரு புலி கூட கண்ணுல பட மாட்டிங்குதே?” என்றான் கவின், கவலை தோய்ந்த குரலில்.

“வா... ராசா... உனக்காக தா காத்திருக்கேனு, முன்னால வந்து நிக்குமா?” இனியன் கிண்டலடித்தான்.

“அப்படியில்ல.”

“வேற எப்புடி?”

“ஆனெ, கடமா, மானு, கரடினு பாத்து சலிச்சு போச்சு... ஒரு மொறயாவது புலிய பாக்கோணும்கிற ஆச தா.”

“ம்ஹூம்.”

‘வேங்கைமலை புலிகள் காப்பகம் தங்களை அன்புடன் வரவேற்கிறது’ என மஞ்சள் நிற போர்டில் படுத்திருந்த புலி வரவேற்றது.

வனத்தடத்தில் வளைந்து நெளிந்து மேடுகளின் வழியாக நீண்டு கிடக்கும் சரிவுப்பாதையில் ஜீப் ஏறியிறங்கியது. காடு, கண்ணுக்கெட்டிய தூரம் வரை விரிந்து கிடந்தது. அடிவானம் வரை மரங்களும் மலைகளும் நீண்டிருந்தன. காற்றில் சிறகடித்துப் பறந்து வந்த கருப்பு நிற வண்ணத்துப்பூச்சி, முன்தினம் பெய்த மழைச் சேற்றில் அமர்ந்தது. சுற்றியலைந்த வண்ணத்துப்பூச்சிகள் சேற்றை

உறிஞ்சுவதும் பறப்பதும் மீண்டும் வருவதுமாக இருந்தன. சிறகை விரித்துப் பறக்கத் தயாரான கருப்பு வண்ணத்துப்பூச்சி மீது, பச்செசன ஜீப் டயர் ஏறியிறங்கியது. சேற்றை வாரி இறைத்தபடி ஜீப் வனத்தடத்தில் சீறியது. ஜீப்பின் முன்பக்க சீட்டில் ரேஞ்சரும், பின்னிருகைகளில் கவினும், இனியனும் இருந்தனர். இறந்து கிடந்த வண்ணத்துப்பூச்சிகளின் சிறகுகளை எறும்புகள் இழுத்துச் சென்றன.

"அண்ணன் எப்படி இருக்கான் கவின்? பாத்து ரொம்ப நாளாச்சு." ரேஞ்சர் கேட்டான்.

"நல்லா இருக்கான் சார்."

"புலிய பாக்கோணும்னு ரொம்ப ஆசயோ?"

"ஆச இல்ல சார், வெறி புடிச்சு அலையுறான்" இனியன் குறுக்கிட, ரேஞ்சர் புன்னகைத்தான்.

"சார்... நீங்க புலிய பாத்திருக்கீங்களா?" கவின் கேட்டான்

"போன வாரம் கூட பாத்தேன் தம்பி, இந்தக் காட்டுல புலிய பாக்காத ஆளுக இருக்கவே முடியாது. புலிய பாக்குறது அவ்வளவு ஈசி இல்ல, அதிர்ஷ்டமும் வேணும்."

"என்ன அதிர்ஷ்டமோ? எங்களுக்கு வாய்க்க மாட்டிங்குது."

"கவலப்படாதீங்க, இன்னிக்கு பாத்திடலாம்." ரேஞ்சர் நம்பிக்கையளித்தான்.

கரடு முரடான பாதையில் ஜீப் திக்கித் திணறி மேடேறியது. அலுங்கிக் குலுங்கி ஊர்ந்த ஜீப்போடு சேர்ந்து, உடலும் குலுங்கியது. ஜீப் முன்னால் செல்ல, மரங்கள் பின்னால் சென்றன. கிளை பரப்பி நீண்டு கிடந்த மரக்கிளைகள் ஜீப்பினை உரசிச் சென்றன. மரங்களில் இருந்து இலைகள் உதிர்ந்து கொண்டிருந்தது. ரீங்காரமிட்ட பூச்சிகளும் பறவைகளின் சத்தங்களும் காற்றிலாடும் மரங்களின் ஓசையும், சலசலக்கும் இலைகளும் சேர்ந்து காட்டை இசைத்தன. காய்ந்த யானைச் சாணங்கள் டயர்களில் மிதிபட்டன.

கியரை மாற்றி மாற்றி ஸ்டேரிங்கை சுற்றிச் சுற்றி ஜீப்பினை ஓட்டினான் டிரைவர் சடையன். ஓட்டும் விதத்திலேயே காட்டுப்பாதையில் ஓட்டுவதில் தேர்ச்சி பெற்றவன் என்பதை

உணர்த்தினான். கருத்த மெலிந்த தேகத்தில் அணிந்திருந்த யூனிபார்மிற்கு மேலே, கருப்பு நிற ஸ்வெட்டர் இருந்தது. பாதித் தலைக்கு மேல் நரைத்திருந்தது. சவரம் செய்யப்பட்ட முகத்தில் ஆங்காங்கே வெள்ளை முடிகள் எட்டிப் பார்த்தன. சடையனை விட வயதில் சிறியவன் என்றாலும், ரேஞ்சர் “வாடா, போடா” என ஏய்த்தான். சடையனிடம் ஒரு விதமான பேரமைதியும் சோகமும் குடிகொண்டிருந்தது.

“சார்... சார்... இங்க வந்து பாருங்க”, ஓடைக்கரையில் இருந்து சடையன் கத்தினான்.

“எங்கண்ணா?” கவின் கேட்டான்

“இதோ... இங்க.” ஒரு கால்தடத்தை சடையன் காட்டினான்.

“ஏதோ சிறுத்தை தாரை மாரியிருக்கு” என்றபடி ரேஞ்சர் நெருங்கினான்.

“இல்லங்க, புலித்தடம்” என்றான், சடையன்.

“எப்படி புலித்தடம்னு சொல்லுறீங்க?” கவின் கேட்டான்.

“தாரை பெருசா இருக்கறனால சிறுத்தைனு நெனச்சுக்காதீங்க. நல்லா பாருங்க, புலி தாரையில நெகம் இருக்காது, வெரலுக்கும் காலுக்கும் எடவெளி அதிகமா இருக்கும். தண்ணி குடிக்க இங்க புலி அடிக்கடி வரும். ஓடையோர நீர்மத்தி மரத்துல பாத்தீங்கனா புலி நகக்கீறல் தெரியும்.”

“நீங்க வேற லெவல்ணே” இனியன் புகழ்ந்தான்.

“காட்டுப்பயலுக, வாசத்தே வெச்சே இன்னது வந்திருக்கு, இங்கன நிக்குதுனு சொல்லிடுவானுங்க” ரேஞ்சரின் பேச்சில் வெறுப்பு தட்டுப்பட்டது. மேற்கொண்டு எதுவும் பேசாமல் சடையன் ஜீப்பிற்கு சென்றுவிட்டான். கொத்துக் கொத்தாய் காய்த்துத் தொங்கிய நெல்லிக்காய்களை கை நிறையப் பறித்து, ரேஞ்சர் இருவரிடமும் நீட்டினான்.

“செம்ம டேஸ்ட் சார். இப்படிக் காய்ச்சுத் தொங்குது, யாரும் பறிக்க மாட்டாங்களா?” நெல்லிக்காயை சுவைத்தபடி கவின் கேட்டான்.

“இல்ல, பர்மிசன் கெடயாது.”

"நெல்லிக்கா பறிக்கதுனால என்ன ஆயிடப்போகுது சார்?"

"என்ன தம்பி சாதாரணமா சொல்லுறீங்க. நெல்லிக்காய மானு திண்ணும். மான புலி திண்ணும். புலி இருக்கணும்னா மானு வேணும். அதுக்கு நெல்லிக்கா வேணும்ல" ரேஞ்சர் கோர்வையாய் வார்த்தைகளை அடுக்கினான்.

"ஓ" இருவரின் முகத்திலும் ஆச்சரியம் மிளிர்ந்தது. ஜீப் காட்டுப்பாதையில் உருண்டோடியது.

"சார்... இந்தக் காட்டுல எவ்வளவு புலிக இருக்கும்?" இனியன் கேட்டான்.

"அறுபத்தொரு புலி இருக்குது."

"ஒரு புலிய பாக்குறதே இவ்வளவு கஷ்டமா இருக்கே, எப்படி கணக்கெடுப்பீங்க?"

"வருசாவருசம் சென்செக்ஸ் நடத்துவோம். நமக்கு கைரேகை மாதிரி, புலிகளுக்கு வரிக இருக்கு. கேமரா போட்டோ, காலடி தடம், எச்சம் அதல்லா வெச்சு கணக்கெடுக்குறோம்."

"ரொம்ப கஷ்டம் தா சார்."

"ஆமாப்பா... இருபது புலிக இருந்த காட்ட, புலிகள் காப்பகமா மாத்துனத்துக்கு அப்புறம் தா புலிக அதிகமாயிருக்கு."

"சூப்பர் சார், உங்க ஹார்ட் வொர்க் தா காட்ட காப்பாத்துது."

வனத்தடம் இரண்டாகப் பிரிந்தது. ஜீப் மேடேறாமல் நேராக நீண்ட பாதையில் சென்றது. காட்டோரத்தில் குழந்தைகள் விளையாடிக் கொண்டிருக்கும் சத்தம் கேட்டது. சத்தம் கேட்ட இடத்தை ஜீப் நெருங்கியது. சுற்றும் முற்றும் பார்த்தும், ஒருவரும் கண்ணில் படவில்லை. நின்று கவனித்தபோது, புதர்கள் அசைந்து கொண்டிருந்தன. ஜீப் சத்தம் கேட்டு குழந்தைகள் புதருக்குள் மறைந்திருந்தனர்.

"இன்னும் இப்படி இருக்காங்களா?" கவின் குரலில் ஆச்சரியம் மிகுந்திருந்தது.

"காட்டுமிராண்டிக" ரேஞ்சர் முணுமுணுத்தான்.

"வேங்கப்பதி செட்டில்மெண்ட் காரங்களா?"

“ஆமாம்ப்பா... மோசமான ஆளுங்க தம்பி.”

“ஏன் சார் அப்படி சொல்லுறீங்க?”

“மாட்ட மேச்சலுக்கு விட வேண்டியது, புலி அடிச்சதுனா செத்த மாட்டுல வெசம் வைச்சு புலிய கொல்லுறது, மான வேட்டையாடுறது, மரம் வெட்டுறதுனு காட்ட அழிக்குறதே இவனுங்க தா.”

“அய்யய்யோ... இப்படியெல்லமா பண்ணுறாங்க?” பதறியபடி இனியன் கேட்டான்.

“ஆமாம்ப்பா. பேப்பர்ல எல்லாம் பாத்திருப்பீங்களே? ஒவ்வொரு புலிக்கும் சர்க்கார் எவ்வளவு செலவு பண்ணுதினு தெரியுமா? இந்தக் காட்டுல ரோடு இல்ல, கரண்டு இல்ல, ஸ்கூலு, ரேசன் கடைனு எதுவும் இல்ல, சர்க்காரு இவிங்களுக்கு ஊருக்குள்ள எல்லா வசதியோட வூடு கட்டி, பணம் கொடுத்துப் போகச் சொன்னாலும் போக மாட்டனேனு காட்டுல கெடக்குறாங்க.”

“இந்தப் பெரச்சனைக்கு என்ன தான் சொல்யூசன் சார்?”

“மனுசனும் மிருகங்களும் ஒண்ணா வாழவே முடியாது, இவனுகள காட்ட விட்டு தொரத்துனா தா காடு நல்லாருக்கும்”, ரேஞ்சர் கடுகடுத்தான். இருவரும் அக்கருத்தை ஆமோதிப்பது போல தலையை மேலும் கீழும் ஆட்டினர்.

நள்ளிரவு. வனமெங்கும் இருளும் பனியும் கொட்டிக் கிடந்தது. பேரமைதி படர்ந்திருந்த காட்டில் நடப்பது அச்சம் தந்தது. ஜீப்பினை நிறுத்தி நடந்த சடையனை, பின்தொடர்ந்து கவினும் இனியனும் சென்றனர். இரவுப் பயணத்தில் ரேஞ்சர் விடுபட்டிருந்தான். சடையன் ஒரு இடத்தில் நின்று காட்டைச் சுட்டிகாட்டி “எதாவது தெரிகிறதா” எனக் கேட்க, “இருட்டா இருக்கு, எதும் தெரியல” என்றனர்.

கையில் வைத்திருந்த டார்ச் லைட் வெளிச்சத்தை காட்டிற்குள் பாய்ச்சினான். மெல்ல வலமிருந்து இடமாகத் திருப்பினான். இருளில் வெளிச்சம் ஊடுருவிய இடமெங்கும் கண்களாய் மின்னின. ஆச்சரியத்தோடு இருவரும் கூர்ந்து கவனித்தனர். நூற்றுக்கணக்கான மான்கள் வரிசையாக கூட்டம் கூட்டமாய் படுத்துக் கிடந்தன.

"இது புலிகாடா இல்ல, மானு காடா?" ஆச்சரியத்தோடு இனியன் கேட்டான்.

"எல்லா சேர்ந்தது தா காடு, காட்டுல எதையும் தனித்தனியா பார்க்காமா, முழுசா ரசிச்சு பாருங்க."

"இங்க புலி வருமா?"

"அடிக்கடி சைட் ஆகும். இங்க மட்டும் பத்திருபது முறை பாத்திருப்பேன். ஒரு தடவ புலி குட்டிய கூப்பிட்டு போறத கூட பார்த்திருக்கேன்."

"சூப்பர்ண்ணா."

பேசிக்கொண்டிருக்கும் போது சடையன் மூக்கை உறிஞ்சி முகர்ந்து, காட்டை சுற்றும் முற்றும் பார்த்தான்.

"சரி, சரி, ஜீப்க்குள்ள ஏறுங்க. பக்கத்துல ஆனெ ஏதோ வந்திருக்கு, மஸ்துல இருக்கும் போல" அவனது குரலில் தெரிந்த விரட்டல், ஜீப்பிற்குள் பாய்ந்து ஏற வைத்தது. ஜீப் கிளம்பவும், யானையின் பிளிறல் கேட்கவும் சரியாய் இருந்தது. சட்டென வியர்த்துக் கொட்டியது. இதயத்தின் படபடப்பு அதிகரித்தது. கூடவே காட்டுப்பயலின் காட்டறிவு இருவரையும் ஆச்சரியப்படுத்தியது.

"சாரிண்ணா, எங்களால தானே உங்கள ரேஞ்சர் திட்டுனாரு" இனியன் வருத்தம் தெரிவித்தான்.

"என்ன சார் நீங்க? அந்தாளு எங்கள திட்லனா தா ஆச்சரியம்."

"ண்ணே, நீங்க எந்த ஊரு?"

"வேங்கப்பதி."

"அதுதானே பாத்தேன். ஆமாண்ணா, கேட்கணும்னு நெனச்சேன். நெல்லிக்கா பறிச்சா புலி கொறஞ்சிடுமா?"

சடையன் அசட்டுச் சிரிப்பு சிரித்தபடி, "இத்தன நாளா மனுசன் தின்ன மீதி நெல்லிய தின்னு மானும், மான தின்னு புலியும் வாழ்ந்துச்சு... புலி, புலினு... ஆடு, மாடு மேய்க்க கூடாது, தேனெடுக்க கூடாது, விறகு பொறுக்க கூடாது, நெல்லிக்கா பறிக்க கூடாது. இப்படி கூடாது கூடாதுனா எங்க போறதாம்?"

கானகம் | 53

சொந்த மண்ணில் இருந்து விரட்டப்படும் வேதனை அவனது குரலில் நிறைந்திருந்தது.

“எந்த வசதியும் இல்லாம காட்டுல கஷ்டப்படுறதுக்கு பதிலா, ஊருக்குள்ள போயிடலாமே? அது தா எல்லா வசதியும் பண்ணி தாராங்களே” தயங்கித் தயங்கிக் கேட்டான் கவின்.

“.....”

பதில் வராததால் கவின் உற்சாகமடைந்தான். மடக்கி விட்டதாக பெருமிதம் கொண்டபடி, “காட்டயும், காட்டுயிரயும் காப்பாத்த யாரோ ஒருத்தர் தியாகம் பண்ணித் தானே ஆகணும்?”

“எங்களுக்கு அதுகல தெரியும், அதுகளுக்கு எங்களத் தெரியும்… புலித் தாரைக்கும், சிறுத்தை தாரைக்கும் வித்தியாசம் தெரியாதவன் தா காட்ட காப்பாத்த போறானாக்கும்? மீனு குடிச்சு ஆத்து தண்ணீ வத்தாது. அதுமாரி ஆதிவாசி வாழுறனால காடு அழியாது.”

“வேட்டையாடுறது, செத்த மாட்டுல வெசம் வைக்குறதுனு எல்லா பண்ணுனா புலி சாகாதா, காடு அழியாதா?” கவின் வார்த்தைகளில் கோபம் மிகுந்திருந்தது.

“நாங்க கும்பிடுற சாமியே புலி தா. அப்புறம் புலிய கொல்லுவோமா?”

“அப்புறம் ரேஞ்சரா வெசம் வைப்பாரு?”

“அத எப்புடி நா சொல்லுறது? காட்ட விட்டு போக மனசில்லாம தா, ரேஞ்சர் ஏச்சு பேச்சு எல்லா கேட்டிட்டு வேல செஞ்சிட்டு இருக்கேன். நா சொல்லுறத உங்களோட வச்சுக்கோங்க, வெளியில ஏதும் சொன்னீங்கனா, ஒரு வா கஞ்சி குடிக்கறதும் கெட்டு போயிடும்” தயக்கத்தோடு சடையன் சொன்னான்.

“இல்ல, சொல்ல மாட்டோம். நம்பி சொல்லுங்க” இனியன் நம்பிக்கையளித்தான்.

“ஒருமுற பதியில திமயனோட நாலஞ்சு மாட்ட புலி அடிச்சிடுச்சு. கொடுக்க வேண்டிய நஷ்ட ஈட ரேஞ்சர் அடிச்சிட்டு அலக்கழிச்ச கோபத்துல, மாட்டு குடல்ல வெசம் வெச்சுட்டான். ஒரு முற வைச்ச வெசத்துக்கு ஒன்பது முறயா

புலி சாகும், அதும் இல்லாம பூச்சிக்கொல்லி மருந்து எல்லா எங்காளுக கிட்ட ஏது?"

"அது எப்படி நடக்கும்?" என்றபடி கவின் யோசித்தான்.

"இந்த காட்டுல இருக்கற ஒவ்வொன்னுக்கும் ஒரு வெல இருக்கு சார். ரேஞ்சருக்கு காடு, புலி, மரம்னு எல்லாமே காசு தா... ஆனெ தந்தம், புலித்தோலு, தேக்கு, சந்தன மரம்னு எல்லாத்தயும் காசாக்கிட்டு இருக்கான். அப்பப்போ எங்களையே மானு, பன்னின்னு அடிச்சிட்டு வர சொல்லுவான்."

இதைக்கேட்டு கவினும் இனியனும் அதிர்ச்சியடைந்தனர். அவன் சொன்னதை இவர்களால் ஜீரணிக்க முடியவில்லை.

"ரேஞ்சர் மேல இருக்குற கோபத்துல அபாண்டமா பழி போடாதீங்க."

"சாமி சத்தியமா சொல்லுறன் சார், உங்ககிட்ட பொய் சொல்லி எனக்கென்ன கெடக்கப் போகுது? அவீங்களுக்கு தெரியாமா சுள்ளி கூட பொறுக்க முடியாது."

"நீங்க சொல்லுறத எல்லா பண்ண முடியுமா?" நம்ப முடியாமல் இனியன் கேட்டான்.

"கொஞ்ச நாளிக்கு முன்னால ஆண் ஆனெ ஒன்னு செத்து போச்சு, அதோட தந்தத்த வெட்டி எடுத்து வித்திட்டு, பெண் ஆனெனு ரிப்போர்ட் எழுதி எரிச்சுட்டான். விசயம் மேலிடத்துக்குப் போக எங்காளுக ரெண்டு பேத்த பிடிச்சு கணக்கு காட்டி கேச முடிச்சவனுக்கு, மத்தது எல்லா எம்மாத்திரம்?"

இதைக்கேட்டு அதிர்ச்சியடைந்த இருவரும், அதிலிருந்து மீள சற்று நேரமானது.

"ஏங்க... மொதல்ல இருபது புலி இருந்துச்சு. புலிகள் காப்பகமா மாத்துனதுக்கு அப்புறம் தா அறுபத்தொரு புலி இருக்காமே?" என்றான் கவின்.

"அவீங்க சொல்லுறது தானே கணக்கு. புலிய அதிகமா காட்டுனா தா காசு அதிகமா வரும். எனக்கு தெரிஞ்சு முப்பது புலி இருக்கும். அவ்வளவு தா."

“ச்சை... இதையெல்லா யாரும் எதுத்து கேட்க மாட்டாங்களா?”

“இங்க பாரெஸ்ட் ஆபிசர் வைக்குறது தா சட்டம். அவீங்க சொல்லுறத கேட்கலனா மான அடிச்சான், மரத்த வெட்டுனானு கேச போட்டு உள்ள தள்ளிடுவாங்க. ஏதோ சொல்லுவத கேட்டிட்டு இருக்கறனால விட்டு வைச்சுருக்காங்க. இல்லன்னா எப்பவோ அடிச்சு விரட்டி இருப்பாங்க” என்று சொல்லிவிட்டு சில நிமிடங்கள் அமைதியாக இருந்தான்.

அந்த அமைதி உண்மையை உணர்த்துவதாக இருந்தது. ரேஞ்சர் மீதிருந்த பிம்பம் உடைந்து நொறுங்கியது. முன்பு ரேஞ்சரைப் புகழ்ந்ததற்காக வெட்கப்பட்டனர். சொல்வதற்கு வார்த்தைகள் ஏதுமின்றி இருவரும் தடுமாறித் தவிக்க, கனத்த மௌனம் குடிகொண்டது. “ஏ... ஹே...” என சத்தம் போட்டபடி, அதிக இரைச்சலுடன் பாடல் ஒலிக்க, நான்கைந்து இளைஞர்கள் இருந்த ஜீப் ஒன்று கடந்து சென்றது.

“ஏய்...” என சடையன் கத்தினான். கண்டு கொள்ளாமல் ஜீப் வேகமாகச் சென்றது.

“அறிவு கெட்டவனுங்க” என இனியன் கோபத்தோடு சொன்னான்.

“இவனுக மேல கோபப்பட்டு என்ன பண்ணுறது? இவனுகளுக்கு காட்டத் தெரந்து விட்டவங்கள சொல்லணும்.”

“புரியல ணா?”

“மனுசனும் மிருகங்களும் ஒண்ணா வாழ முடியாது, காடு அழியுதுனு, காலகாலமா காட்டுல வாழுறவங்கள தொரத்துனவீங்க, காசு இருக்கறவனுகளுக்கு ரிசார்ட்டு, எகோ டூரிசம்னு காட்ட தொறந்து விட்டுறுக்காங்க... காட்டுல வாழுறவனுக்கு எந்த வசதியும் இல்ல, அதுவே காட்ட சுத்தி காட்ட தார் ரோடு. ராப்பகலா தங்க காட்டப் பொளந்து காட்டேஸ் கட்டி விட்டா இப்படி தா போவானுங்க.”

“.....”

“டிரைபல்ச ஊருக்குள்ள தொரத்துறாங்க, புலி ஊர தேடி போகுது. டூரிஸ்ட் காட்டுக்குள்ள வாரான். என்னத்த சொல்லுறது?” சடையன் தலையில் அடித்துக் கொண்டான்.

“.....”

“மனுசனும் மிருகங்களும் ஒண்ணா வாழ முடியாதுனா, உள்ள போறவீங்க எல்லா மனுசங்க இல்லீயா?”

நீண்ட யோசனைக்குப் பிறகு இனியன், “ம்ம்ம்... நீங்க கேட்கறதுல எல்லா நியாயமும் இருக்கு, உங்கள வெளிய தொரத்துரதுலயே அவீங்க உறுதியா இருக்காங்களே?”

“பசிக்காக தொரத்துர புலிய விட, உசுருக்காக ஓடுற மானுக்கு தா ஓட வேண்டிய தேவ அதிகமிருக்கு. காடு, எங்க உசுரு சார்... போனாலும் இந்த காட்டுல தா போகும்” என்ற சடையனின் குரலில் நிதானமும் நம்பிக்கையின்மையும் வெளிப்பட்டது. ஜீப் அவர்கள் தங்கியிருந்த விடுதியை அடைந்திருந்தது. கவினும் இனியனும் ஜீப்பில் இருந்து இறங்கினர்.

“உணவும் வாழிடமும் மறுக்கப்படுறப்போ, மிருகங்க கூட காட்ட விட்டு வெளிய வந்து அதுக பிரச்சனைய வெளி உலகத்துக்கு புரிய வைக்குது. ஆனா உரிம மறுக்கப்படுற பழங்குடியோட அழுகையும் குரலும் காட்டுக்குள்ளேயே புதஞ்சிடுது... அத எந்த காதும் கேட்கறது இல்ல” என்றபடி சடையன் விடைபெற்றான். அவனது குரல் காற்றில் கலந்து காட்டில் தொலைந்தது. சடையனின் குரல் வனத்துக்குள்ளிருந்து எதிரொலியாக காதில் ஒலித்தது.

ஜீப் போன திசையைப் பார்த்தபடி இருவரும் நின்றிருந்தனர். புல் மூடிய காட்டுத் தடத்தின் ஓரத்தில் இருந்த புதர் சலசலத்தது. புதர் மறைவில் இருந்து மஞ்சள் நிற கருங்கோடுகள் கொண்ட உருவம் அசைந்தது. அதன் உறுமலில் காடதிர்ந்தது.

◆◆◆

காடர் குடி

போர்வைக்குள் புரண்டு கிடக்கும் குழந்தை உறக்கம் கலைந்து எட்டிப்பார்ப்பது போல, கருமேகங்களுக்குள் இருந்து சூரியன் மெல்லத் தலைகாட்டியது. நான்கு நாட்களுக்குப் பிறகு வெயில் சுளீரென அடித்தது. பஞ்சு பறப்பது போல வெண்மேகக் கூட்டங்கள் சென்று கொண்டிருந்தன. காலையில் மேகம் தெளித்த தூறலை, மரங்களில் இருந்து காற்று சிதறடித்தது. நீல நிறத் தார்ப்பாய் கூரையில் விழுந்து சொட்டு சொட்டாக வடிந்து தெறித்தது. ஆங்காங்கே தண்ணீர், திட்டுத் திட்டாகத் தேங்கியிருந்தது.

அடர் வனத்திற்குள் குலுக்கிப் போட்ட சோழிகளைப் போல அங்கொன்றும் இங்கொன்றுமாக மலைச்சரிவில் ஆறு குடில்கள் இருந்தன. தடுப்புகள் ஈத்தை இலைகளால் பின்னப்பட்டிருந்தன. நீலத் தார்ப்பாயினால் கூரை வேயப்பட்டிருந்தது. மணி, குடிலுக்குள் இருந்து எட்டிப் பார்த்தான். காட்டு மரம் போன்ற கட்டான உடல். சுருண்ட தலைமுடி, தடித்த உதடுகள். கூர்மையான மேல் பற்கள் உதட்டிற்கு வெளியே நீண்டிருந்தன. குடியில் ஆங்காங்கே ஆட்கள் நடமாடிக் கொண்டிருந்தனர். பச்சை முள்ளும், அடிப்பாகத்தில் மஞ்சள் நிற ஓடும் கொண்ட குரங்குபலாக் காயின் தலை மூடியினை சீவியபடி, மணியின் மனைவி முருகாத்தா நின்றிருந்தாள். பத்து வருடங்களுக்குமுன்

பரிசத்தொகையினைக் கொடுத்து கல்யாணம் கட்டியபோது இருந்த வனப்பு குறையாமல் இருந்தாள்.

முப்பத்தி ஐந்து வருடமாக இருந்த காடர் குடி செட்டில்மெண்டிலிருந்து கையில் கிடைத்ததை எடுத்துக்கொண்டு, குழந்தைகளை முதுகில் தூக்கிக்கொண்டு இங்கு வந்து ஒரு வாரம் ஆகியிருந்தது. இருபத்து மூன்று குடும்பங்களைச் சேர்ந்த எழுபத்து நான்கு பேர் குடியில் இருந்தனர். இடம் மாறிக் குடியிருக்க ரேஞ்சரிடம் எழுதிக் கொடுத்து வந்து ஐந்து நாட்களாகியும், எந்த பதிலுமில்லை. யாரும் எட்டிப் பார்க்கவும் இல்லை. 'மழை ஓய்ந்திருப்பதால் இன்று எப்படியும் வந்து விடுவார்கள், என்ன சொல்வார்களோ?' என்ற பயம் மணியின் மனதில் எழுந்தது.

மணியின் கால்கள் நடந்து நடந்து காட்டை அறிந்து வைத்திருந்தன. அவை ஓரிடத்தில் நிற்காமல் நடந்து கொண்டேயிருக்கும். எங்கு என்ன இருக்கும், என்ன கிடைக்கும் என்பதை அக்கால்கள் அறிந்து வைத்திருந்தன. மணி, அக்காட்டில் சுற்றி அலையும் ஒன்பதாவது தலைமுறை என சொல்லக் கேட்டிருக்கிறான். மலைகளில் மழைக்காடுகளை அழித்து பயிரிடப்பட்ட தேயிலை, காப்பித் தோட்டங்களினால் ஆண்டுக்கு ஆண்டு கால்கள் உலாவும் தூரம் குறைந்து வந்தது.

ஐந்து ஆண்டுகளுக்கு மேலாக ஓரிடத்தில் தங்கும் பழக்கம் இல்லாதவர்கள். மணியின் அப்பா காலத்தில் காடர் குடி செட்டில்மெண்டில் குடியேறினர். ஒரே இடத்தில் தங்கியிருந்தால் வசதிகள் செய்து தரப்படுமென்ற சர்க்கார் அளித்த நம்பிக்கைகள், அவர்கள் கொடுத்த தகரச்சீட்டு போலவே ஈத்துப்போனது. குடியைச் சுற்றி குறுமிளகு, ஏலக்காய், காப்பி, மஞ்சள் எனப் பயிரிட்டு இருந்தனர். மணியும் கொஞ்சம் போட்டிருந்தான். அதற்குப் பட்டா கேட்டு பத்து முறை மனு கொடுத்தும், ஒரு பலனும் இல்லை. இருப்பினும் அதில் விளையும் பொருட்களும், காட்டுத் தேனும் வருமானம் தந்தன.

அன்றிரவு மணி வீட்டிற்குள் உறக்கம் பிடிக்காமல் புரண்டு புரண்டு படுத்தான். மனைவியும் குழந்தைகளும் தூங்கியிருந்தனர். நான்கைந்து நாட்களாக ஓயாது மழை. திடீரென பேய் மழை கொட்டித் தீர்த்தது. மழையின் சத்தமும், காற்றின் வேகமும் மணியின் உறக்கத்தைப் பறித்தன. ஏதோ சத்தம் கேட்க எழுந்தான். மழையில் சுவர் சரிந்து விழுந்தது.

தூரப்படுத்திருந்ததால் எதுவும் நேரவில்லை. மனைவியையும் குழந்தையையும் எழுப்பி வெளியேறினான்.

உறக்கம் தொலைத்து மழையில் நனைந்து கொண்டிருந்தது, குடி. அரிவாளுடன் மழையில் ஓடிய மணி, ஈத்தை இலைகளை வெட்டி எடுத்து வந்தான். ஐந்தாறு இலைகளைச் சேர்த்து குடை போல பிடித்துக் கொண்டனர். விடிய, விடிய மழை கொட்டித் தீர்த்தது. வீடுகளின் மீது மண் சரிந்து விழுந்தது. பாறைகள் உருண்டு விழுந்தன. பூமி வெடித்து மண் விரிசல் கண்டிருந்தது. மரங்கள் விழுந்து, வீடுகள் சேதமடைந்தன.

"இனி இங்கிருக்க முடியாது. பூமிக்கு ஆபத்து வந்திருக்கு. நாமதா நம்மள பாதுகாக்கணும். வூடுக எப்ப வேணா புதைஞ்சு போயிடலாம். நைட்டுல எதாச்சும் ஆச்சுனா என்ன பண்றது?" என்ற மூப்பன், குடியை இடம்மாற்றத் தீர்மானித்தான். இரண்டு கிலோ மீட்டர் மேல் இருந்த இவ்விடம், மண் சரிந்தாலும் பாதிப்பில்லாத வகையில் பாதுகாப்பாக இருந்தது.

"வா போலாம்" என மணி, ரவியை அழைத்தான். மணியின் கால்கள் நடக்க ஆரம்பித்தன. ஒரு கையில் நீண்ட ஈச்சை மரமும், மறு கையில் கூர்மையான அரிவாளும் இருந்தன. முதுகில் மகள் சுந்தரியும், வெள்ளை வேஷ்டிக்குள் தேவையான பொருட்களும் இருந்தன. மீண்டும் மழை வருவதற்குள் விறகும் கிழங்கும் சேகரித்து வர வேண்டுமெனக் கிளம்பினர். அவர்களோடு சேர்த்து நான்கைந்து பேர் அரிவாள், ஈச்சை மரம் சகிதம் கிளம்பினர். எப்போது காட்டிற்குள் கிளம்பினாலும் 'மூங்கிலின் சக்காலத்தி' ஈத்தை சிறியதாகவோ, பெரியதாகவோ மூன்றாவது கையாக அவர்களுடன் இருக்கும். ஈர மண் பாதையெங்கும் இலைகள் நிரம்பியிருந்தன. அதனை மிதித்தபடி கால்கள் வரிசையாகச் சென்றன.

பாதை நீண்டு மேட்டுப்பகுதியில் ஏறி, பள்ளத்தில் இறங்கி வளைந்து மீண்டும் மேடேறித் தொடர்ந்தது. மேட்டினை அடையும்போது, திடீரென யானையின் பிளிறல் கேட்டது. இறங்கி ஏறும் மேட்டில் எஸ்டேட்டிற்குள் இருந்து, ஒற்றைக் காட்டானை நேரெதிராக வந்து கொண்டிருந்தது. சட்டென யானையைப் பார்த்த மணியும், மற்றவர்களும் ஒரே குரலில்,

"ஆனோ... மேரோ...

அங்க போ, அங்கோ...

போய்க்கோ, போ...

ஆனெ...

நாங்களும் வாரதீயப்பரோ

நீயும் வாரதீயப்பரோ

போ... போ... போய்க்கோ...

போ... போ...

ஆதிபரமசிவன் ஆணா

ஆக்கினி தேவேந்திரன் ஆணா

ஏக நாராயண மூர்த்தி ஆணா

படைச்சவர் பழனி மலை ஆண்டவர் ஆணா

சுருளி மலை சுப்பிரமணி ஆணா

போ...

தெக்கத்தி தேசம்

வடக்க ஒரு தேசம்

கிழக்க ஒரு தேசம்

மேற்க தேசம் பாத்து போ..."

என உரக்கக் கத்தினர். சற்று நேரம் நின்றிருந்த யானை மெல்ல கிழக்கு நோக்கி நகர்ந்தது. கால்கள் நடையைத் தொடர்ந்தன.

ஓடையில் தண்ணீர் சலசலத்து ஓடியது. ஓடை நீரில் மணி முகத்தைக் கழுவினான். ஈத்தை மரத்தினை அரிவாளால் வெட்டி ஒரு பகுதியை எடுத்தான். அதன் மேல் பகுதி திறந்தும், கீழ் பகுதி மூடியும் இருந்தது. அதில் ஓடைத் தண்ணீரைப் பிடித்து அலசி ஊற்றினான். மீண்டும் ஓடையில் வைத்து தண்ணீரைப் பிடித்து வந்து மகளுக்குக் கொடுத்தான். அவள் குடித்து முடித்ததும், மணி பருகினான்.

"காப்பி குடிக்கிறீயா?" என மகளிடம் மணி கேட்டான்.

"ம்ம்ம்... குடிக்கலாம்" மழலை மொழியில் சொன்னாள்.

ஓடைக்கரையில் தீ மூட்டினர். பச்சை ஈத்தை மரத்திற்குள் காப்பி தூளினைப் போட்டு, தண்ணீர் ஊற்றி தீயினில் செங்குத்தாக வைத்தான் மணி. ஈத்தையின் அடி நேரமெடுத்து மெல்லக் கருக, காப்பி கொதித்து மேல் வாயில் புகை வந்தது. தண்ணீரை ஊற்றி வெளியே எடுத்தான். காப்பித் தூள் இருந்த ஈத்தையில்

வட்டக்கன்னி இலையினை மடித்து வைத்தான். மற்றொரு ஈத்தையில் காப்பியை வடித்தான். தூள் இலைக்குள் தேங்கி நிற்க, காப்பி நீர் மற்றொரு ஈத்தைக்குச் சென்றது. சர்க்கரையைச் சேர்த்து காப்பியைப் பருகினர்.

“நாம சொல்லுறத ஆனெ கூட புரிஞ்சுக்குது, ஆனா இந்த பாரெஸ்ட்காரங்க புரிஞ்சுக்க மாட்டீங்கராங்க.” காப்பியைக் குடித்தபடி மணி சொன்னான்.

“ம்க்கூம்... அதுகளுக்கு நம்மள தெரியும். நமக்கு அதுகள தெரியும். இவனுகளுக்கு என்ன தெரியும்? அதயித பண்ணதா, அங்கயிங்க போகாதனு மிரட்ட தா தெரியும்” என்றான் ரவி.

“ஆனெ இருக்கு, புலி இருக்குனு நம்மல காட்ட விட்டு தொரத்த பாக்குற இவீங்க கண்ணுக்கு, எஸ்டேட்டு, ரிசார்டு எல்லா தெரியாது. நம்ம கிட்ட தா இந்த வீராப்பு எல்லா.”

“அவனுகள சொல்லி என்ன பண்ணுறது? சர்க்காரு சொல்லுறத தானே அவீங்க பண்ணுவாங்க” எனப் பேசியபடி நடந்தனர்.

விறகுகளையும் கிழங்குகளையும் சேகரித்தனர். ஓடையில் மூங்கில் குச்சிகளால் பின்னப்பட்ட கூடையில் மீன்களைப் பிடித்தனர். ஈத்தை தண்டைப் பிளந்து, கழுவிய கிழங்கை வைத்து, தீயில் வேக வைத்துச் சாப்பிட்டனர். தலைச்சுமையை எடுத்துக்கொண்டு கிளம்பினர். குடியை நெருங்கும்போது, இரண்டு ஜீப்கள் வனத்தடத்தில் சீறிச்செல்வது தெரிந்தது. ஆட்களின் கால்கள் வேகவேகமாக குடியிருப்பை நோக்கி ஓடின.

ரேஞ்சர் ஜீப்பில் இருந்து இறங்கி வந்தான். குடியே பயத்தில் உறைந்திருந்தது. மூப்பன் கூட்டத்திற்கு முன்பாக நின்றிருந்தான். அவனுக்குப் பக்கத்தில் மணி வேக வேகமாக வந்து நின்றதில், மூச்சிரைத்தது. ரேஞ்சரிடம் இருந்து வந்த மது வாடை மணியின் மூக்கை மூட வைத்தது. ரேஞ்சர் பார்வை மணியின் பக்கம் திரும்ப, சட்டென மூக்கில் இருந்து கைகளை எடுத்துக் கொண்டான்.

“என்ன சொல்லாம கொள்ளாம குடிசை போட்டு வச்சிருக்கீங்க? யாரு பர்மிசன் கொடுத்தா?” அதட்டியபடி ரேஞ்சர் கேட்டான்.

“உங்களுக்கு தெரியாதது இல்ல, செட்டில்மெண்ட்டுல வூடு சரிஞ்சு கெடக்கு, பூமி வெடிச்சு இருக்கு, அங்க இருந்தா

ஆபத்துனு தா இங்க வந்திட்டோம். நீங்க மனசு வைச்சா நாங்க இங்கன இருந்துப்போம்" மூப்பன் தயங்கித் தயங்கி சொன்னான்.

"அது தெரியுது மூப்பா, பட்டா இல்லாத எடத்துல இருக்க எப்புடி பர்மிசன் கொடுக்குறது...? இந்த எடத்துக்கு பட்டா எதும் வைச்சிருக்கீங்களா?"

"அதெல்லா ஏதுங்க சாமீ? எங்க பாட்டன், பூட்டன் காலத்துல இருந்து இந்த காட்டுல தா கெடக்கோம். காடர்குடி செட்டில்மெண்ட்டுல இருந்த நேரத்துக்கு ஏழெட்டு எடம் மாறியிருப்போம். அஞ்சு வருசத்துக்கு மேலெ ஒரே எடத்துல இருந்தது இல்ல. அத பண்ணி தரோம், இத பண்ணி தரோம் ஒரே எடத்துல இருங்கனு சொல்லி, என்ன பண்ணுனீங்க? கடசீக்கு இங்கயாவது இருக்க விடுங்கய்யா."

"இது ஆனெ, புலி இருக்குற காடு, ஏதாச்சும் ஆச்சுனா யாரு பதில் சொல்லுறது? அதுவும் இல்லாம இது புலிகள் காப்பகம். உங்க இஷ்டத்துக்கு எல்லா பண்ண முடியாது."

"நாங்க என்ன பண்ணுறது சாமீ?"

"உங்க நெலம புரியுது. ஆனா, நாங்க நெனச்சாலும் எதுவும் பண்ணித் தர முடியாது. நீங்க அதைப் புரிஞ்சுக்கணும்."

"சாமீ"

"மூப்பா... இந்தக் காட்டுல இருக்குற வரீக்கும் எந்த வசதியும் பண்ணித் தர முடியாது. உங்க புள்ளைக எல்லா படிச்சு மேல வர வேண்டாமா? நீங்க எல்லா நிம்மதியா வாழ வேண்டமா? அதுக்கு தா செண்ட்ரல் கவர்மெண்ட் கோல்டன் ஹேண்ட்ஷேக்னு ஒரு திட்டம் கொண்டு வந்திருக்கு. காட்டுல இருந்து வெளிய நீங்க வந்தா பத்து இலட்ச ரூபா பணமும், வூடும் கெடைக்கும். என்ன நம்பி வாங்க, நா ரெடி பண்ணித்தரேன். என்ன சொல்லுறீங்க?" ரேஞ்சர் ஆசை வார்த்தைகளைக் கொட்டினான்.

"இல்ல சாமீ..." என மூப்பன் இழுத்தான்.

"காட்டுக்குள்ள இருந்தா தா நாங்க நல்லபடியா ஜீவிக்க முடியும். அதுதா எங்காளுகளுக்கு நிம்மதி. அத விட்டிட்டு எங்க போறது?" கூட்டத்தில் இருந்து முருகாத்தா சொன்னாள்.

“பிரிட்டிஸ்காரங்க, பாரெஸ்ட்காரங்க வரதுக்கு முன்னால இருந்து நாங்க காட்டுல இருக்கோம். பாரெஸ்ட்காரங்க நீங்க வந்து வேட்டையாடக் கூடாதுனீங்க, தீப்போட்டு வெவசாயம் பண்ணக் கூடாதுனீங்க, அப்புறம் காட்டுல எடம் மாறாம ஒரே எடத்துல இருக்கோனும்னு சொன்னீங்க, சரினோம்... இப்போ காட்ட விட்டு போனு சொல்லுறீங்க, இது நியாயமா?” என்றான் மணி.

“இது புலிகள் காப்பகம்னாலும் வன உரிமை சட்டப்படி பட்டா கொடுங்கனு பல தடவ மனு கொடுத்தும், ஒராளுக்கு கூட பட்டா கொடுக்கல. ஏதோ எதுவுமே தெரியாத மாதிரி பேசிறீங்க?” ரவி கோபமாகக் கேட்டான்.

“வன உரிம சட்டமாவது, மசுரு சட்டமாவது? பட்டா இல்லாத பரதேசிகள காட்ட விட்டு வெரட்ட சொல்லி சுப்ரீம் கோர்ட் ஆர்டர் போட்டிருக்கு தெரியுமா? செண்ட்ரல் கவர்மெண்டு சொன்னா நாளீக்கே நீங்க வெளிய போயாகணும். அப்படி விரட்டுனா ஒரு பைசா கூட கெடைக்காது. ஒன்னு மொதல்ல இருந்த எடத்துக்கே ஒழுங்கா போங்க, இல்லனா நாங்க சொல்லுறத கேளுங்க” ரேஞ்சர் பேச்சில் கோபமிருந்தது.

“டைகர் ரிசர்வ்னு அறிவிச்சப்போ பணமும், வூடும், வசதியும் தரனு சொல்லித்தா பக்கத்துல ஒரு செட்டில்மெண்ட்ட காலி பண்ணுனீங்க. நீங்களும் கடைசி வர எதும் பண்ணித் தரல. அவீங்கனாலும் வெளிய வாழ முடியலானு காட்டுக்கு திரும்ப வந்தவீங்களா, அடிச்சு வெரட்டுனீங்க. அது எங்களுக்கும் நடக்காதுங்கறது என்ன நிச்சயம்?” மணி கேட்டான்.

நீண்ட யோசனைக்குப் பிறகு, “அப்போ, ஒண்ணு பண்ணலாம். பழைய எடம் ரெடி பண்ணுற வரீக்கும் எஸ்டேட்டுல வூடு வாங்கி தாரோம். அங்க ஒரு பத்து பதினஞ்சு நாளு இருங்க” என்றான் ரேஞ்சர்.

“எஸ்டேட் எல்லா எங்களுக்கு சரிப்பட்டு வராதுங்க. எங்களுக்கு வேணும்கிறது காட்டுல தா கெடைக்கும். எஸ்டேட்னா எதுவும் கெடைக்காது. அங்க அடைஞ்சு இருக்க முடியாது. அதுவுமில்லமா எஸ்டேட்ங்கிறது காட்டோட வாசம் இல்லாத சுடுகாடு” என்றான் மூப்பன்.

“இதே மாரி தா கல்லார் குடி செட்டில்மெண்ட் காரங்களா எஸ்டேட் வூட்டுக்கு அனுப்புனீங்க. வருசமாயும் இன்னும் ஒன்னும் நடக்கல” என்றான் ரவி.

“இப்படி பேசுனா என்ன பண்ணுறது, முடிவா என்ன தா சொல்லுறீங்க?”

“காடும், காடரும் ஒன்னு. காடு இல்லனா காடர் இல்ல. நாட்டு ஆளு காட்டுல இருக்க மாட்டான். காட்டாளுக்கு காடு தா சொந்தம். இத யாராலும் மாத்த முடியாது” என்றாள் முருகாத்தா. ஆளாளுக்கு பேச வாக்குவாதமானது.

அனைவரையும் அமைதிபடுத்திய மூப்பன், “தண்ணீல கெடக்குற மீன தூக்கி தரையில போட்டா கெடக்காதுலா, அதுமாரி தா நாங்களும். எங்கள தரையில தூக்கி போட்டுறாதீங்கய்யா” கைகளை கூப்பியபடி வேண்டினான்.

“என்ன பண்ணுறதுனு தெரியும். எப்புடி இருக்கீங்கனு பாக்குறேன்” என அசட்டுச் சிரிப்புடன் ரேஞ்சர் ஜீப்பினை நோக்கிச் சென்றான்.

“என்ன பண்ணுவீங்களோ தெரியாது, எஸ்டேட் வூட்டுக்கு போக வைக்குறது உங்க பொறுப்பு. விடியறக்குள்ள இங்க ஒத்தக் குடிசையும் இருக்கப் புடாது” என தன் சகாக்களிடம் ரேஞ்சர் கோபமாகச் சொல்லியபடி கிளம்பினான். வனத்தடத்தில் புகையினைக் கிளப்பியபடி ஜீப் சீறியது.

சிறு தூறலாகத் துவங்கி, மழை கொட்டியது. பெருங்காற்று வீசி ஓய்ந்திருந்தது. போர்த்தியிருந்த இருளில் மழையில் நனைந்தபடி, மணியின் கால்கள் தடுமாறித் தடுமாறி நடந்தன. அவனுக்கு முன்பும் பின்பும் பல கால்கள் நடந்தன. மூப்பன் முன்னால் சென்றான். ஒவ்வொருவர் முதுகிலும் குழந்தைகளும், மூட்டை முடிச்சுகளும் இருந்தன. காயம்பட்ட மணியின் முகம் கூட்டத்தில் இருந்து, குடியைத் திரும்பிப் பார்த்தது. பிய்த்து எறியப்பட்டு, தீக்கிரையாக்கப்பட்ட குடியின் சாம்பல் மழை நீரில் கரைந்தோடியது. “காடு தா எங்க பூமி, உசுரு. எங்க மூச்சு அடங்குனா இந்த காட்டுக்குள்ள தா அடங்கணும்” என கால்கள் காடர் குடியை நோக்கி நடந்தன.

◆◆◆

காட்டுப்பள்ளி

காற்றில் அசைந்தாடும் மரங்களின் ஓசை, காடெங்கும் கேட்டது. காய்ந்த இலைகளை இழுத்துப் போட்டு, காற்று சரசரத்தப்படி போனது. வானம் கருத்து இருண்டு வரத் துவங்கியது. வெளிச்சம் குறைவாக இருந்தது. அடர்ந்த வனத்திற்குள் மரங்களுக்கும் மலைகளுக்கும் இடையே தடம் சென்றது. அந்த மலைக் கிராமத்திற்கு சாலை வசதியில்லை. ஊரிலிருந்து ஆறேழு கிலோ மீட்டர் தூரத்திலிருக்கும் ஆலமரமேடு வரைதான் பேருந்து வரும். அங்கிருந்து இறங்கி காட்டிற்குள் கால்தடத்தில் தான் செல்ல வேண்டும். கரடு முரடான காட்டுப் பாதையில் எப்போதும் கிடக்கும் யானை சாணங்களும், அவ்வப்போது தென்படும் சிறுத்தை, காட்டு மாட்டின் கால் தடங்களும் பயத்தைக் கூட்டும். அடிக்கடி பாம்புகள் தடத்தில் இருந்து புதருக்குள் ஊர்ந்து செல்லும். இடையிடையே இரண்டு காட்டாற்று பள்ளத்தைத் தாண்டிச் செல்ல வேண்டியிருக்கும்.

"கூ... கூ..." என குயில் கிளுவை மரத்தின் மீதிருந்து கூவிக் கொண்டிருந்தது. ஒற்றையடிப் பாதையில் ஜெயராஜ் நடந்து கொண்டிருந்தார். கையில் கருப்பு நிற பேக் இருந்தது. மெலிந்த ஒல்லியான மாநிற தேகம். நடுத்தர உயரம். சுத்தமாக சவரம் செய்யப்பட்ட முகம். வெள்ளை

நிற முழுக்கை சட்டையை அரைக்கைக்கு மடித்து விட்டிருந்தார். சட்டைப்பையில் ஒரு பேனா, இடதுகையில் வாட்ச் இருந்தது. வெகு தொலைவிற்கு முன்னால் இரண்டு பெண்கள், தலையில் கட்டைப்பைகளை சுமந்து சென்றனர். பின்னால் பேச்சு சத்தம் கேட்டு, ஜெயராஜ் திரும்பிப் பார்த்தார். பள்ளிச் சீருடையோடு சடையன், அவனது அப்பாவோடு நடந்து வந்தான். சடையன் நான்காம் வகுப்பு மாணவன். சுருட்டை முடியோடு அப்பாவின் இடுப்பு உயரத்திற்கு இருந்தான். அவனுடைய அப்பாவின் நீல நிறக் கோடுபோட்ட சட்டை, லுங்கிக்கு வெளியே வந்திருந்தது. மடித்துக் கட்டப்பட்ட லுங்கி காக்கி நிற டவுசர் தெரியும்படி மேலே ஏறியிருந்தது. ஒரு சைக்கிளைத் தள்ளிக்கொண்டு வந்தான். புதிதாக வாங்கிய சைக்கிள் என்பதற்கு அடையாளமாக, பிளாஸ்டிக் கவர்கள் பிரிக்கப்படாமல் இருந்தன.

“சார்... வணக்கமுங்க.”

“வணக்கம். என்ன சடையா, ஸ்கூலுக்கு வரலியா?”

“வூட்டுக்கு போயி பேக் எடுத்திட்டு வந்துருவேன் சார்.”

“எங்க போயிட்டு வரீங்க?”

“டவுனுக்கு சைக்கிள் வாங்க நேத்து போனோம், ராத்திரி இருட்டுனனால மேட்டுல மல்லி வீட்டுல தங்கிட்டோம்” என சடையனின் அப்பா சொன்னான்.

“ம்ம்ம்... எதும் வேலைக்கு போகவா?”

“எனக்கில்ல சார், பையனுக்கு தான்.”

“இங்க ஓட்ட எடம் எங்கிருக்கு?”

“காட்டுமேட்டுல எங்க முடியும் சார்? ஆலமரமேட்டுக்கு போனா தா ஓட்ட முடியும்.”

“அப்புறம் எதுக்கு?”

“மவன் ஆசப்படுறான் சார்.”

அந்த பதில் ஆச்சரியமாகவும், அர்த்தம் மிகுந்ததாகவும் இருந்தது. பேசிக்கொண்டே மூவரும் நடந்தனர். எதிரே ஒருவன் கையில் குடையோடு நடந்து வந்தான். அவனது கழுத்தில் காவி நிற வேட்டியை தொட்டில் போலக் கட்டியிருந்தான்.

அதனை இடதுகையால் பிடித்தபடி நடந்து வந்தான். அருகே வரவர அத்தொட்டிலில் ஒரு குழந்தை இருப்பது தெரிந்தது. காட்டுப்பாதையில் நடக்கும்போது, முட்கள் குழந்தையின் உடலைக் கிழிக்காமல் இருக்க இப்படி தொட்டில் கட்டி எடுத்துச் செல்வது வழக்கம். பின்னால் அவனது மனைவி நடந்து வந்தாள்.

நடந்து வந்தவன் ஜெயராஜிடம், "பள்ளத்து பக்கத்துல ராசா கூட்டமா இருக்கும் போல, சத்தம் கேட்டுச்சு... பாத்து போங்க."

"சரிசரி, எங்க கிளம்பீட்டிங்க."

"ஆஸ்பத்திரிக்கு சார்."

"உடம்புக்கு எதும் முடியலயா?"

"இல்ல, புள்ளக்கு தடுப்பூசி போட போறோம்."

"பாக்கலாம்" என அவர்களுக்கு விடை கொடுத்து, மூவரும் நடக்கத் துவங்கினர்.

★

காட்டுப்பள்ளி ஒரு துவக்கப்பள்ளி. செவ்வக வடிவ காங்கிரீட் கட்டிடம். அதில் இரண்டு வகுப்பறைகள். பூசப்பட்டிருந்த மஞ்சள் பெயிண்டினை, வெயிலும் மழையும் உதிர்த்திருந்தன. மஞ்சள் நிறத்தில் கருப்பேறியிருந்தது. அப்பள்ளியில் உள்ள முப்பத்தொரு மாணவர்களுக்கு ஜெயராஜ் மட்டுமே ஒரே ஆசிரியர். ஒன்று முதல் மூன்றாம் வகுப்பு வரை ஒரு வகுப்பிலும், நான்கு மற்றும் ஐந்தாம் வகுப்பினர் ஒரு வகுப்பிலும் அமர வைக்கப்படுவர். கட்டிடத்திற்கு முன்பிருந்த கொஞ்ச இடம் மட்டுமே சமமாக இருந்தது. சுற்றிலும் மேடும் பள்ளமுமாக இருந்தது. பள்ளியைச் சுற்றிலும் இருந்த மலைகள் பசுமை போர்த்தியிருந்தன. மழைத் தூறல் மெல்ல விழுந்து கொண்டிருந்தது.

"டிங்... டிங்... டிங்" பள்ளிக்கூடத்தில் மணியடிக்கப்பட்டது. இரட்டைச் சடை மாணவி ஒருத்தி மணியடித்தாள். மலைகளில் இருந்து புத்தகப்பையுடன் இறங்கி நடந்து வந்து கொண்டிருந்த மாணவர்கள், மணிச்சத்தம் கேட்டதும் பள்ளியை நோக்கி ஓடினர். பள்ளிக்கட்டிடத்தின் முன்பு வகுப்பு வாரியாக

மாணவர்கள், மாணவிகள் தனித்தனியாக நின்றனர். "நீராருங் கடலுடுத்த..." தமிழ்த்தாய் வாழ்த்து பாடப்பட்டது. தாமதமாக ஓடி வந்த மாணவர்கள் தோளில் இருந்த பைகளைக் கழட்டி வைத்து, வரிசையில் நின்றனர். எப்போதும் மணியடிக்கும் முன்பு வந்து விடும் ஆசிரியர் ஜெயராஜ் வரவில்லை. பிரேயர் முடியும் போது, சடையன் வேகமாக ஓடி வந்து வரிசையில் நின்றான். ஜெயராஜ் இல்லாதது அதிர்ச்சியாய் இருந்தது. "நம்ம கூட தானே வந்தார், இன்னும் ஏன் வரல?" என முணுமுணுத்தான். பிரேயர் முடிந்து மாணவர்கள் வகுப்புகளுக்குச் சென்றனர்.

"சார், சேம்புக்கரை பிரிவு வர கூடதான் வந்தார், இந்நேரம் ஸ்கூலுக்கு வந்திருக்கணுமே?" என்ற சடையன் யோசித்தபடி, "ராசா சத்தம் கேட்டதா வேற சொன்னங்க" என மற்ற மாணவர்களிடம் சொன்னான்.

ஏதோ பிரச்சனை ஏற்பட்டிருக்கும் என்பதை உணர்ந்து சடையனும் மற்ற மாணவர்களும் பதியை நோக்கி ஓடினார்கள்.

★

"யான, புலிக்கு பாடம் எடுக்கறது தான் மிச்சம்."

"காட்டுப்பயலுகளுக்கு மனுசன் பாடம் எடுப்பனா? ச்ச்சை."

மாணவர்கள் அமைதியில் உறைந்திருந்தனர். ஆசிரியர் ராமன் கத்திக்கொண்டிருந்தான். சொட்டைத் தலை, நெற்றி நிறைய திருநீறு, கையில் பிரம்போடு இருந்தான். மாணவர்களை வரிசையாக நிற்க வைத்து பிரம்பால் அடித்தான். அதற்கு, பேசிக்கொண்டே இருக்கிறார்கள், வேடிக்கை பார்க்கிறார்கள், சரியாகப் படிக்கவில்லை... என சொன்னாலும், வேண்டாத பொண்டாட்டி கைப்பட்டாலும் குத்தம், கால்பட்டாலும் குத்தம் என்ற கதையாய் ராமனுக்கு காட்டுப்பள்ளியைப் பிடிக்காததே காரணம்.

காட்டுப்பள்ளியின் முதல் ஆசிரியர் ராமன். ஒரு வாரம் வந்தான். ஒருநாள் வரும் வழியில் யானையின் பிளிறல் கேட்டு பயந்து ஓடிப்போனான். மருத்துவ விடுப்பு எடுத்து, இடமாறுதலுக்கு முயன்றான். மினிஸ்டரைப் பிடித்து இடமாறுதல் பெற்றான். அடுத்து வந்தவர்களும் அதே முயற்சியில் இறங்கினர். இடமாறுதல்

கைகூடும் வரை பள்ளிக்கு வருவதாகக் கணக்கு காட்டி, பள்ளிக்கே வராமல் சம்பளத்தைப் பெற்றனர். முதலிரண்டு ஆண்டுகளில் நான்கு ஆசிரியர்கள் மாறிவிட்டார்கள். பள்ளிக்கு வந்து ஒருவரும் பாடம் நடத்தியதில்லை. மாணவர்களைக் கணக்கெடுக்கவும், பாடப்புத்தகங்களை கொடுக்கவும் ஓரிரு முறை தலைகாட்டியதுண்டு.

மாணவர்கள் ஆசிரியருக்காக நம்பிக்கையோடு காத்திருந்தனர். அந்த நம்பிக்கை பருவமழையாக பொய்த்துப் போனது. மாணவர்களுக்கு பள்ளி வரும் ஆர்வமும் குறைந்திருந்தது. ஓடியாடி விளையாடுவதற்கான இடமாக பள்ளி மாறிப்போனது. விறகு பொறுக்கவும் தேனெடுக்கவும் ஆடு, மாடு மேய்க்கவும் பெற்றோர்களுக்குத் துணையாக மாணவர்கள் செல்லத் துவங்கினர்.

காட்டுப்பள்ளிக்கு ஆசிரியராக ஜெயராஜ் வந்தார். எத்தனை நாட்கள் வருவாரோ என்ற கேள்விதான் அநேகம் பேரின் மனதில் இருந்தது. துவக்கத்தில் மாணவர்களும் பதிக்காரர்களும் மற்றவர்களைப் போலதான் இருப்பார், எத்தனை நாள் வருவாரோ என நினைத்தார்கள்.

வீரா தான் ஜெயராஜ் உடன் பழகிய முதல் பதிக்காரன். காட்டு குழந்தைகளுக்காக சிரமம் பாராமல், இவ்வளவு தூரம் வந்ததே ஜெயராஜைப் பிடித்துப் போகக் காரணமாக இருந்தது. காலையில் பேருந்தில் இருந்து இறங்கி வரும் ஆசிரியரை அழைத்து வரச் செல்வான். மாலையிலும் துணையாகச் செல்வான். "நானே போயிக்கிறேன்" என ஜெயராஜ் சொன்னாலும், கேட்கமாட்டான். அதற்கு, "நா தா படிக்கல, பதி கொழந்தக படிக்கோணும்" என்பது வீராவின் பதிலாக இருக்கும்.

ஜெயராஜ்க்கு இருவேளை வீரா வீட்டில் இருந்து பிளாக் டீ வரும். ஒருமுறை "இங்க யாரும் ஏன் டீயில் பாலூத்தறது இல்ல?" என ஜெயராஜ் கேட்டார்.

"குட்டிக்கு நீவிரா கொடுப்பீரு?" என்று சட்டென வீரா பதிலளித்தது, முகத்தில் அறைந்தது போல இருந்தது. அத்தோடு ஜெயராஜின் டீயில் பால் சேர்வதேயில்லை.

பள்ளிக்கு வந்து செல்வது ஜெயராஜ்க்கு சிரமமாக இருந்தாலும், நாளாக நாளாக பழகிப்போனது. பள்ளிக்கு வருவதைக்

காட்டிலும், காடுகளில் சுற்றவே மாணவர்கள் விரும்பினர். தேடிச்சென்றால் முகம் காட்டத் தயங்கி, பேச மறுத்து ஓடி ஒளிந்தனர். தேடிப் பிடித்து பேசி பள்ளிக்கு இழுத்து வந்தார். வகுப்பறை எப்போதும் கலகலப்பாக இருக்கும். புத்தகங்களுக்கு வேலை இருக்காது. பிரம்புகளுக்கும் வேலை இல்லை. சின்னச்சின்ன விஷயங்களுக்கும் ஜெயராஜிடம் பாராட்டு கொட்டும். லீவ் எடுக்காமல் வந்தால் பேனா, பென்சில், பாக்ஸ் கிடைக்கும். மாணவர்களுக்கு பிடித்தமான ஆசிரியரானார், ஜெயராஜ். பள்ளியிலும், பதியிலும் சில வசதிகள் எட்டிப் பார்க்கக் காரணமாகவும் இருந்தார்.

மலைகளைத் தாண்டி மேகங்கள் ஓடுவது போல காலம் ஓடியது. காட்டுப்பள்ளிக்கு ஜெயராஜ் வந்து இரண்டு ஆண்டுகளுக்கு மேலாகி விட்டது.

★

கருமேகங்கள் வானில் கூடு கட்டியது. சடசடவென மழைத்துளிகள் விழுந்தன. காட்டிற்குள் நடக்க நடக்க ஜெயராஜின் உடல் நடுங்கியது. சடையனும், அவனது அப்பாவும் சேம்புக்கரை பிரிவில் மலையில் மேலேறிய பாதையில் பிரிந்து சென்றிருந்தனர். வழக்கமாக வந்து அழைத்துச் செல்லும் வீரா காய்ச்சலில் படுத்துள்ளதால், எதிரே வர வாய்ப்பில்லை. மழை வேகமெடுப்பதற்குள், பள்ளிக்குச் சென்றுவிட வேண்டுமென ஓட்டமும், நடையுமாகச் சென்றார்.

காட்டாற்று பள்ளத்தில் தண்ணீர் சலசலத்து ஓடிக் கொண்டிருந்தது. பேண்டினை மடித்து விட்டபடி, தண்ணீருக்குள் கால் வைத்தார். "படார்" என மரக்கிளை உடைபடும் சத்தம் கேட்டது. பள்ளத்தின் மேலிருந்து சத்தம் வந்தது. சத்தம் வந்த பக்கம் பார்வையைத் திருப்பினார். கருத்த உருவம் அசைவது தெரிந்தது. தண்ணீருக்குள் அசைவற்று நின்ற அவரின் முகமெங்கும் வியர்த்துக் கொட்டியது. எச்சிலைக் கூட்டி விழுங்கினார். இதயம் படபடவெனத் துடித்தது. "யான கூட்டமாக இருக்குனு சொன்னாங்கலே, பின்னால ஏதாச்சும் இருக்குமோ?" என்ற நினைப்பு, திரும்பிச் செல்வதைத் தடுத்தது. வாயின் மேல் விரலை வைத்தபடி அமைதியாக அப்படியே நின்றார். மூச்சுக்காற்றின் சூடு விரலை உரசிச் சென்றது.

மரக்கிளை உடைபட்ட இடத்திற்கு பார்வையைத் திருப்பினார். மரங்கள் அசைவற்று நின்றன. ஆசுவாசப்படுத்திக் கொண்டு மெல்ல சத்தம் வராதபடி அடியெடுத்து வைத்தார். கால் தண்ணீரில் பட்டதும் “சளீர்” என்றது. யானையின் பிளிறலில் காடதிர்ந்து அடங்கியது. உடல் நடுங்கியது. இதயத் துடிப்பு அதிகமானது. கண்களை மூடித் திறந்தார். குட்டியோடு தாய் யானை பள்ளத்தின் மேட்டில் இருந்து இறங்கிக் கொண்டிருந்தது. திக்... திக்கென இதயம் வேகமாகத் துடித்தது. அடி வயிறு பகீரென்றது. யானைக்கூட்டத்திடம் சிக்கி விட்டதாக நினைத்தார். மனம் பதைபதைத்தது. உடல் நடுக்கம் அதிகமானது. எந்தப் பக்கம் செல்வதென செய்வதறியாது திகைத்தார்.

அந்நேரம் பார்த்து பாக்கெட்டில் இருந்த செல்போன் அலறியது. பெண் யானையின் வால் முறுக்கேறியது. யானையைப் பார்த்தபடி பதட்டத்தோடு போனை அணைக்க முயன்றார். தும்பிக்கையைத் தூக்கிப் பிளிறியபடி, சில அடிதூரம் முன்னே வேகமாக வந்தது. அப்போது, பின்னால் இருந்தும் யானையின் பிளிறல் கேட்டது. போனைத் தூக்கி எறிந்துவிட்டு, பள்ளத்திற்குள் இடதுபுறம் தலைதெறிக்க ஓடினார். தண்ணீருக்குள் இருந்த பாறையில் பட்டு போன் “டமார்” என உடைந்து தெறித்தது. மேட்டில் ஏறும்போது, கால் இடறி கிழே உருண்டு விழுந்தார். அப்போது தான் பெண்யானை குட்டியை விட்டுவிட்டு, இவரை நோக்கி வரவில்லை என்பது தெரிந்தது. அப்படியே படுத்துக் கிடந்தவரின் கண்களில், ஆண் யானை ஒன்று வந்து குட்டியோடு இருந்த பெண் யானையை அழைத்து செல்வது தெரிந்தது.

வெகுநேரம் அப்படியே பயத்தில் உறைந்து படுத்துக் கிடந்தார். துணிகள் கிழிந்து இரத்தக் காயங்களோடு உடலெல்லாம் சேறு அப்பியிருந்தது. பதிக்காரர்கள் வந்து சேர்ந்தார்கள். ஒருவன் கைகொடுத்துத் தூக்கி விட்டான். ஜெயராஜால் காலினை முன்வைத்து நடக்க முடியவில்லை. வலியால் துடிதுடித்தார். எலும்பு முறிந்திருந்தது. தொட்டில் கட்டி மேட்டிற்கு தூக்கிச் சென்றனர். சடையனின் அப்பா சைக்கிளில் அழைத்துச் சென்று மருத்துவமனையில் சேர்த்தான். எக்ஸ்ரே எடுத்துப் பார்த்து

ஆபரேசன் செய்ய வேண்டுமெனவும், மூன்று மாதங்கள் ஓய்வு எடுக்க வேண்டுமெனவும் மருத்துவர்கள் அறிவுறுத்தினர்.

மாணவர்கள் கவலையில் உறைந்தனர். "ஜெயராசு சார் இனி எப்படியும் பள்ளிக்கு வர மாட்டார். அவர தவிர வேற யாரு வந்து பாடம் எடுப்பாங்க? பசங்க படிப்பு அவ்வளவு தான்" எனப் பதிக்காரர்கள் பேசிக்கொண்டனர்.

ஒரு வார காலம் ஓடிப் போனாது. ஒரு இளைஞன் வந்தான். பள்ளியில் சில மாணவர்களே இருந்தனர். "என் பேர் சுதாகர், ஜெயராஜ் சார் வர வரை உங்களுக்கு நான் தான் டீச்சர்." தன்னை அறிமுகப்படுத்திய அவன், "நாளீல இருந்து எல்லாரையும் வரச் சொல்லுங்க" என்றான். மாணவர்கள் ஒவ்வொருவராக எழுந்து தங்கள் பெயர்களைச் சொன்னார்கள்.

வீராவும், பதிக்காரர்களும் வந்து சுதாகரிடம் பேசினர். அப்போது, தன்னால் குழந்தைகள் படிப்பு கெடக்கூடாது என எண்ணிய ஜெயராஜ், டிகிரி படித்த தன்னை பாடம் எடுக்க அனுப்பி வைத்ததோடு, அதற்காக ஒரு தொகையை சம்பளமாகக் கொடுக்க உள்ளார் என்பதைச் சொன்னான்.

வீராவும், பதிக்காரர்களும் மருத்துவனைக்கு ஜெயராஜைப் பார்க்கச் சென்றனர். ஆபரேசன் முடிந்து காலில் கட்டுடன் படுத்திருந்தார். ஜெயராஜைப் பார்த்ததும் வீராவின் கண்களில் கண்ணீர் முட்டியது. ஜெயராஜின் வலது கையினைத் தூக்கி அழுத்திப் பிடித்தபடி, "காட்டுப்பயலுக எங்களுக்காக நீங்க ஏன் சார் சிரமப்படுறீங்க?" என வீரா கேட்டான்.

மெல்லிய புன்னகை மட்டுமே ஜெயராஜின் பதிலாக இருந்தது.

- படைப்பு தகவு

◆◆◆

காட்டு மாதா கி ஜெ

"புதிய காடூர் பொறந்தது."

"காட்டு மாதா கி ஜெ."

காடூர் காட்டில் இரண்டாவது முறையாக பதவியேற்ற அதிபர் கி, தொள்ளாயிரத்து ஐம்பத்தி சொச்சம் முறையாக முழங்கியது. வானரக்கூட்டங்கள் ஆர்ப்பரித்தன.

தொள்ளாயிரத்து ஐம்பத்தி சொச்சம் முறையாகப் பிறந்த காடூரிலும், காடு காய்ந்து கொண்டிருந்தது. விலங்குகள் இரை தேடி அலைந்து கொண்டிருந்தன. மாதம் மும்மாரி பொழியவில்லை. பகலில் சூரியனும், இரவில் நிலவும் தான் வந்து சென்றன. சூரியன் கிழக்கே கடலில் இருந்து உதித்து, மேற்கே மலைகளுக்குள் தான் மறைந்தது. மரங்களில் இருந்து பழங்கள் மண்ணில்தான் விழுந்து கொண்டிருந்தது. எல்லாம் வழக்கம் போலவே இருந்ததால், காடூர் விலங்குகளுக்கு மன வருத்தம். வெறுப்பாகவும் இருந்தது.

இந்தக் காட்டில் பொய்யை சத்தமாகப் பேசலாம். ஆனால் உண்மையை மெதுவாகக் கூட முணுமுணுக்க முடியாது என்பது அவற்றிக்குத் தெரியும். அதற்கு காரணங்கள், இரண்டு. ஒன்று, 'காட்டு பக்தி'. இரண்டு, 'ஆண்டி அனிமல்' முத்திரை. அம்முத்திரையினால் காட்டு விரோதிகளாகப் பார்க்கப்படுவதோடு, எந்த

உதவியும் கிடைக்காது. குள்ளநரி ஆட்சியில் எப்படி இருந்ததோ, அப்படியே தான் வானர ஆட்சியிலும் இருக்கிறது.

குள்ளநரி பேரியக்கம் ஆட்சியை இழந்து ஐந்து வருடங்களாகி விட்டது. இந்த முறை, தான் ஆட்சியைப் பிடிக்காவிட்டாலும் எப்படியாவது அதிபர் கி-ஐ பதவியில் இருந்து இறக்க வேண்டுமென முயன்ற குள்ளநரி கு-வின் தந்திரங்கள், காட்டாறாக ஓடிய காட்டு பக்தியில் அடித்து செல்லப்பட்டன. போதாக்குறைக்கு எல்லா விலங்குகளுக்கும் இருந்த அதிபர் பதவி ஆசை, அதன் கனவில் மண்ணைவாரிப் போட்டது. கு அழுது கண்ணீர் வடித்தது. ‘ஒத்துமை இல்லாத இந்த விலங்குகளை யாராலும் காப்பாத்த முடியாது’ எனக் கோபித்துகொண்டு அரசியலில் இருந்து ஓய்வு பெற்றது.

குள்ளநரி கு ரொம்ப நல்லவர் எனவும், வானர அதிபர் கி கெட்டவர் எனவும் நினைத்துவிட வேண்டாம். இன்று என்னென்ன திட்டங்களை வானரக்கூட்டம் அமல்படுத்துகிறதோ, அது எல்லாமே குள்ளநரி கொண்டு வந்தவை. அல்லது கொண்டு வர நினைத்தவை. ஊழலும், தந்திரமும் நிறைந்த ஆட்சியில், தன்னை எதிர்க்க ஆளில்லை என்ற இறுமாப்பில் அளவுக்கு அதிகமாக ஆடிவிட்டது.

எங்கிருந்தோ காடூருக்கு வந்த சிங்கம் “நான் தா இந்த காட்டுக்கு ராஜா” என கர்ஜித்தது. அசுர பலம் கொண்ட சிங்கத்தை மிருகங்களால் எதிர்த்து நிற்க முடியவில்லை. எதிர்த்த மிருகங்கள் நயவஞ்சகத்தால் தீர்த்துக் கட்டப்பட்டன. சிங்கத்தை ராஜாவாக ஏற்றுக்கொண்ட மிருகங்களுக்கு சுகபோக வாழ்க்கை பரிசளிக்கப்பட்டது. மிருகங்களின் உழைப்பைச் சுரண்டிச் சுரண்டி சிங்கம் கொழுத்தது. நாளுக்கு நாள் சிங்கத்தின் தொல்லைகள் அதிகமானது. ஒரு கட்டத்தில் கொதித்துப் போன மிருகங்கள் “ஆசாதி” முழக்கமிட்டன. வயசான சிங்கம் நடக்கக்கூட சத்து இல்லாத நிலைமையில், காடூருக்கு சுதந்திரம் தந்தது. குள்ளநரியின் விசுவாசத்திற்காக அதிபர் பதவியை சிங்கம் பரிசளித்துச் சென்றது.

காடூருக்கும், ஊரூர்க்கும் இடையே ஜென்ம பகை. ஊரூரை எதிரியாகக் காட்டி வளர்ந்தது, வானரக் கட்சி. ஊழலும், தொடர்ந்து ஆட்சியில் இருந்ததால் எழுந்த அதிருப்தியும் சேர்த்து, குள்ளநரி ஆட்சியின் கழுத்தை இறுக்கிக்

கொண்டிருந்தன. "மீட்பர் வருவார், காடூர் செழிக்கும்" என்றது, வானரக்கூட்டம்.

"குள்ளநரி ஒழிந்தால் போதும், காடூர் வல்லரசாகும். காடூரில் பகலில் நிலவும், இரவில் சூரியனும் உதிக்கும். பகல் நிலவு மேற்கே உதயமாகி, கிழக்கே மறையும். மாதம் மும்மாரி பொழியும். மரங்களின் வேர்கள் வெளியேயும், கிளைகள் மண்ணிற்குள்ளும் வளரும். வேரில் பூக்கும் பூக்களும், பழங்களும் வானீர்ப்பு சக்தியினால் வானில் நிற்கும், வேண்டியபோது எடுத்துக்கொள்ளலாம். விலங்குகளைத் தேடி இரைகள் வந்து நிற்கும். விலங்குகள் நிம்மதியாக கால் மேல் கால் போட்டு, படுத்து உறங்கிக் கொண்டிருக்கலாம்" என்றது வானரத் தலைவன் கி. அது எல்லாம் சாத்தியமற்றது, பொய் தான் என்பது விலங்குகளுக்கும் தெரியும். இருந்தாலும் கேட்க நன்றாக இருப்பதால், பொய்யென நம்ப மனம் வரவில்லை. எதிர்பார்த்தது போல வானரத்தலைவன் கி முதல் முறை அதிபரானது.

"புதிய காடூர் பொறந்து விட்டது. இனி கவலை வேண்டாம் அனிமல்கனே! காட்டு மாதா கி ஜெ" என்றது அதிபர் கி. இதைக் கேட்டு விலங்குகள் ஆடிப்பாடி மகிழ்ந்தன.

கி யின் ஆட்சியை எதிர்க்கும் விலங்குகள் காணாமல் போயின. அவற்றுக்கு என்ன நேர்ந்தது என்பது காடறிந்த இரகசியம். அதிலும் புலிகள் தான் அதிகம் தொலைந்திருந்தன. குரங்கும், குள்ளநரியும் பயக்கும் ஒரே ஆள், புலி தான். புலிகள் தனித்தனியாகப் பிரிந்து இருந்ததும், ஒற்றுமை இல்லாமல் சண்டை போட்டுக்கொண்டு இருந்ததும் குள்ளநரிக்கும், குரங்கிற்கும் சாதகமாக இருந்தது. போதாக்குறைக்கு புலிகளுக்குள் ஏற்பட்ட குழப்பங்களில் தங்களுக்குள் அடித்துக்கொண்டு மாண்டும் போயின. ஒரு தரப்புப் புலிகள் போராட்டம் போராட்டம் என நாள்தோறும் நடத்தியே, உறுமல் மங்கி அது பூனை கத்தலாக மாறியது. மற்றொரு தரப்பு புலிகள் மறைந்திருந்து அதிபரை அழித்தொழித்து ஆட்சியைப் பிடிக்கும் கனவில் இருந்தன.

வானரக்கூட்டம் முதல் வேலையாக வரலாற்றை தங்களுக்கு ஏற்ப திருத்தின. 'முன்பொரு காலத்தில் வானர முனிவரின் கனவில் காட்டு மாதா தோன்றிச் சொன்னபடி, கடும் தவம் புரிந்து 'வன ஸ்மிருதி' எழுதினாராம். அதில் காடூர் அகம

விதிகள் வரையறுக்கப்பட்டுள்ளதாம். வானரங்களே காடூரை ஆளத் தகுதியானவை. மற்றவை அவைகளுக்குக் கட்டுப்பட்டு பணிந்து நடக்க வேண்டும். இல்லையேல் மறுமையில் நரகத்திற்குச் செல்ல நேரிடும்' என்றது வன ஸ்மிருதி. கையோடு அனைத்துப் பொறுப்புகளும், அதிகாரங்களும் வானரங்களுக்கு வழங்கப்பட்டன. அல்லது வன ஸ்மிருதியை கண்ணை மூடிக்கொண்டு ஆதரிக்கும் விலங்குகள் பணியமர்த்தப்பட்டன.

காட்டு விரோத சக்திகள் உருவாவதைத் தடுக்க, உறங்கி விழித்தவுடனும், உறங்கச் செல்லும் முன்பும் "காட்டு மாதா கி ஜெ" எனச் சொல்ல வேண்டும். சொல்லத்தவறினால் காடு கடத்தப்படும். இதைக் கண்காணிக்க ஆங்காங்கே சிறப்பு அதிகாரிகள் நியமிக்கப்பட்டன.

அதிபர் கி-யின் முதல் சட்டம் 'ஒரே காடு, ஒரே மொழி'. விலங்குகள் பல மொழிகளில் பேசுவதால், தகவல் தொடர்பில் சிக்கல் எழுவதைத் தவிர்க்க பொது மொழி கொண்டு வரப்பட்டது. வானர முனிவர் எழுதப் பயன்படுத்திய "கா... கா..." மொழி தான், இனி அதிகாரப்பூர்வ அலுவல் மொழி. மீறினால் கடுங்காவல் தண்டனை.

"கூ... கூ..." எனக் கூவிய குயில்கள் "கா... கா..." எனக் கரையத் துவங்கின. மயில்களும் "கா... கா..." என்றது. நரியும் "கா... கா...", கீரியும் "கா... கா..."

துவக்கத்தில் புரிந்து கொள்வதிலும் பேசுவதிலும், குழப்பங்களும் சிரமங்களும் இருந்தன. இருப்பினும் காட்டு நலன் கருதி கற்றுக்கொண்டன. கேட்காத தொலைவிற்கு அப்பால் சென்று யானைகள் பிளிறின. புலிகள் உறுமின. குயில்கள் கூவின. பொதுத்தளத்தில் எல்லாம் பொதுமொழி தான்.

"காட்டு மாதா கி ஜெ."

இரண்டாவது, 'ஒரே காடு, ஒரே பெயர்'. காடூரில் பிறக்கும் விலங்குகளும், பிறந்த விலங்குகளும் 'கி' என்ற பெயரிலேயே அழைக்கப்பட வேண்டும். செல்லப்பெயர் வைப்பது கூட காட்டு துரோகம். அனைத்து விலங்குகளும் கி என்ற பெயர் தாங்கி, காட்டு நீரோட்டத்தில் கலந்தன. ஒரு கட்டத்தில் கட்டாயத்தின்பேரில் குள்ளநரி கு, தனது பெயரை கி என மாற்றி

தனது காட்டு பக்தியை வெளிக்காட்டியது. பெயர்க் குழப்பங்கள் நேர்வதைத் தவிர்க்க எண் குறியீடு கொண்டுவரப்பட்டது.

“காட்டு மாதா கி ஜெ.”

அடுத்ததாக ‘ஒரே காடு, ஒரே சிகை’. அதிபர் கியின் சிகையலங்காரத்தை மற்ற விலங்குகளும் பின்பற்ற வேண்டும். தலையில் 4 முடிகள் மேல்நோக்கி இருக்க வேண்டும். அதிலிரண்டு நரைத்து இருக்க வேண்டும். முகத்தில் ஐந்து முடிகள் தாடியாக இருக்க வேண்டும். அப்படியே ஆகட்டும் என்றன, விலங்குகள். முடி இல்லாத விலங்குகள் ஒட்டு முடி வைத்துக் கொண்டு காட்டுணர்வைக் காட்டின.

“காட்டு மாதா கி ஜெ.”

அடுத்து ‘ஒரே காடு, ஒரே வரி’. யானைக்கும் ஒரே வரி, பூனைக்கும் ஒரே வரி. “பெரிய விலங்குகளுக்கும், சிறு விலங்குகளுக்கும் ஒரே வரி என்றால் என்ன நியாயம்? இதை ஏற்க முடியாது” என சிறு விலங்குகள் குமுறின. இருந்தும் காட்டின் நலன் கருதி வரிச்சுமையை ஏற்றுக்கொண்டன.

“காட்டு மாதா கி ஜெ.”

திடீரென ஒரு நாள் மாலை அதிபர் கி இன்றிரவு ஒரு முக்கிய அறிவிப்பை வெளியிடுகிறார் என்ற தகவல் காட்டுத்தீயாகப் பரவியது. விலங்குகள் பரபரத்தன. நிமிடத்திற்கு நிமிடம் எதிர்பார்ப்பு கூடிக்கொண்டிருந்தது. அது என்னவாக இருக்குமென ஆளாளுக்கு ஒவ்வொரு கதையாகச் சொல்லின. விலங்குகளுக்கு இரைகள், இருப்பிடம் தேடி வரும் திட்டத்தை அறிவிக்கலாம் என பல விலங்குகள் பேசிக்கொண்டன.

இறுதியாக, குறிப்பிட்ட நேரமும் வந்தது. சபையில் விலங்குகள் கூடியிருந்தன. பேச்சும் கூச்சலும் கூடியிருக்க, அதிபரின் வருகைக்காகக் காத்திருந்தன. அதிபர் கி ஆடம்பரப் பல்லக்கில் வந்து இறங்கியது. அதிபர் கி-யைப் புகழ்ந்து முழக்கங்கள் எழுந்தன. பலத்த எதிர்பார்ப்புகளுக்கு இடையே அதிபர் கி மேடையேறியது. விலங்குகளிடம் மயான அமைதி நிலவியது. அதிபரின் உதடுகளையே பார்த்துக் கொண்டிருந்தன. தொண்டையைச் செருமியபடி, அதிபர் கி பேச்சைத் துவங்கியது.

“காடூரின் வளங்கள் தொடர்ந்து அழிந்து வருகின்றது. இதனைத் தடுக்க குள்ளநரி தவறிவிட்டது. மரங்கள் தான்

காட்டின் வளங்கள். மரங்களைக் கரையான்கள் கொஞ்சம் கொஞ்சமாக அரித்து வருகின்றன. இதனால் இரைத் தட்டுப்பாடு ஏற்படுகிறது. சிறு, குறு விலங்குகள் சிரமப்படுகின்றன. எனவே…”

ஒரு நிமிடம் அதிபர் கி பேச்சை நிறுத்தியது. தன்முன்னிருந்த தண்ணீரை எடுத்துப் பருகிய பின், மீண்டும் பேசத்துவங்கியது.

“பெரிய பெரிய மரங்களில்தான் கரையான்கள் அதிகம் இருக்கின்றன. எனவே இன்று நள்ளிரவு முதல் பெரிய, பெரிய மரங்கள் எல்லாம் வெட்டி வீழ்த்தப்படும். கரையான்கள் அழிக்கப்படும்.”

“இது சுத்தப் பைத்தியக்காரத்தனம். கரையான்களை அழிக்க எதற்கு மரங்களை வெட்ட வேண்டும்? இது பெரும் கேடு தரும்”, என புலிகள் எதிர்ப்பு குரலிட்டன.

“காட்டு மாதா கி ஜெ” என்ற வானரக்கூட்டத்தின் ஆரவாரத்தில், புலிகளின் குரல் எந்தச் செவிகளுக்கும் எட்டவில்லை.

இரவோடு இரவாகப் பெரிய மரங்கள் வெட்டி வீழ்த்தப்பட்டன. வெட்டப்படுவது தெரியாமல் மரங்களில் இருந்த உயிரினங்கள், கிழே விழுந்து மாண்டன. பல உயிரினங்களுக்கு பலத்த காயம்.

“பெரிய மரங்கள் தானே வெட்டப்பட்டன. பதிலுக்கு சிறிய மரங்கள் இருக்கிறது தானே? புதிதாக நடப்பட்ட மரங்கள் வளரும் வரை உயிரினங்களுக்கு அரசே தினமும் குறிப்பிட்ட அளவு இரை வழங்கும்” என மறுநாள் அதிபர் கி அறிவித்தது.

அன்று முதல் ஒவ்வொரு உயிரினங்களும் இரைக்காக வரிசையில் நின்றன. தினமும் காலையும் மாலையும் வரிசை நீண்டு கொண்டே இருந்தது. பசியோடு மணிக்கணக்கில் நின்று, சிறு இரையைப் பெற்று பசியாற்றின. நிற்க முடியாமல் பல உயிரினங்கள் மயங்கி விழுந்தன. அவற்றில் சில மாண்டும் போயின. இரைத் தட்டுப்பாடு நீங்க ஒரு மண்டல காலமானது. ஆனால் எந்தவொரு பெரிய விலங்குகளோ, வானரக் கூட்டமோ வரிசையில் நிற்காமல் போனதற்கான கமுக்கம் அறிய யாரும் விரும்பவில்லை.

“எல்லையில் காவலுக்காக படை விலங்குகள் நிற்கும் போது, காட்டு நலனுக்காக கொஞ்ச நேரம் வரிசையில் நிற்க மாட்டீர்களா?” என வானரக்கூட்டம் கிண்டலடித்தது.

பெரிய பெரிய மரங்கள் இல்லாததால் சூரிய ஒளி நேரடியாக காட்டிற்குள் விழுந்தது. மண்ணின் ஈரப்பதம் குறைந்தது. நாளுக்கு நாள் வெயிலின் தாக்கம் அதிகரித்தது. காற்று கூட அனலாக வீசியது. செடி, கொடிகள் காய்ந்து கருவாடு ஆகின. போதிய இரை கிடைக்காமல் விலங்குகளின் உடல் மெலிந்தது.

இதுநாள் வரை புலி மட்டுமே எதிர்த்துக் கேள்வி கேட்பது வழக்கம். இப்போது மற்ற விலங்குகளும் முணுமுணுக்கத் துவங்கின. அவை அனைத்தும் "ஆண்டி அனிமல்" என முத்திரையிடப்பட்டன. இருப்பிடம் தேடி இரை வருமென எதிர்பார்த்த விலங்குகள், ஒருவேளை இரைக்காக வரிசையில் காத்திருந்தன.

"காட்டு மாதா கி ஜெ" என காட்டு நலன் கருதி முழங்கின.

மழைக்காலம் வந்ததால், காடூர் வனம் பாலைவனம் ஆவதில் இருந்து தப்பியது. விலங்குகள் ஒவ்வொன்றும் தங்களுக்குள் சண்டையிட்டுக் கொண்டன. "நா தா பெருசு, நீ சிறுசு" என மாறிமாறி அடித்துக் கொண்டன. அதிபர் கியின் இந்த ராஜ தந்திரம் எதிர்ப்பு போராட்டங்கள் எழாமல் தடுத்தது.

கேள்வி கேட்டால் உம்மென இருக்கும் அதிபர் கி, யாரும் கேள்வி கேட்க முடியாத இடத்தில் உர்ரென சீறும். காடு காடாக சுற்றி கஜானா காலியானது தான் மிச்சம். ஒரு மாற்றமும் இல்லை. முன்னேற்றமும் இல்லை. வெறும் ஏமாற்றம் மட்டுமே மிஞ்சியது. வறட்சி என்றாலும், சூரியன் தாமதமாக உதித்தாலும், எல்லாவற்றுக்கும் குள்ளநரி ஆட்சியே காரணமென பழி சுமத்தியே காலத்தை ஓட்டியது.

இப்படியாக முதல் ஐந்தாண்டு ஆட்சிக் காலம் முடிவை நெருங்கிக் கொண்டிருந்தது. தேர்தல் தேதி அறிவிக்கப்பட்டது. திடீரென எல்லையில் அடுத்தடுத்து படை விலங்குகள் தாக்கப்பட்டு உயிரிழந்தன. "ஊரூராரின் அத்துமீறலே காரணம். அவர்களுக்கு எதிராக போர் தொடுக்க வேண்டும். அதற்கு வலிமையான அதிபர் தேவை. குள்ளநரி கு வந்தால் தப்பாகி விடும். என்னால் மட்டுமே ஊரூரின் கொட்டத்தை அடக்க முடியும். ஆதலால் வானர சின்னத்தில் வாக்களியுங்கள்" என கி பரப்புரை செய்தது.

காட்டாறாக காட்டு பக்தி ஓட, அதிபர் கி இரண்டாவது முறையாக பதவியேற்றது. இப்போது எல்லாம்

ஊரூரார் அத்துமீறுவதும் இல்லை. படை விலங்குகள் பலியாவதுமில்லை. தேர்தல் காலத்தில் மட்டும் படை விலங்குகள் பலியாகும் மர்மம் மட்டும் விலங்குகளுக்குப் பிடிபடவில்லை.

பதவியேற்பு விழா தடபுடலாக நடந்தது. அயல் நாட்டு அதிபர் டி சிறப்பு விருந்தினராக அழைக்கப்பட்டது. “அயல் நாட்டு அதிபர் டி கால்பட்டால் போதும், பாலாறும், தேனாறும் ஓடும். காடூர் சொர்க்கபுரியாக மாறும்” என்றது, வானரக்கூட்டம். இதற்கும் நேற்று வரை அயல் நாட்டு அதிபரை வானரக்கூட்டம் திட்டிக்கொண்டு தான் இருந்தன என்பது வேறு கதை.

அதைப் பண்ணவும், இதைப் பண்ணவும் என என்னென்னவோ வானரக் கூட்டம் செய்தது. அயல் நாட்டு அதிபர் டி காடூரில் பவனி வரும் பாதைகள் அவசர அவசரமாக செப்பனிடப்பட்டன. மரங்களுக்கு வண்ணங்கள் பூசப்பட்டன. தோரணங்களும், அலங்காரங்களும் காடூரை அலங்கரித்தன. இவ்வளவு செய்தும் கொசுக்கள் அதிகம் இருக்கும் ஓரிடம் இருந்தது. அத்தனை கொசுக்களையும் ஓரிரு நாளில் இடம் மாற்றி விட முடியாது. கொசுக்களை அயல் நாட்டு அதிபர் பார்த்தால், காடூரின் மானம் கப்பலேறி விடும் என வானரக் கூட்டம் பயந்தது. அப்போது தான் எழுபது அடி சுவர் கட்டும் யோசனை வந்தது. கொசுக்கள் சுவரைத் தாண்டி வராது என எண்ணி, சுவரைக் கட்டி எழுப்பின. கொசு மட்டைகளுடன் படை விலங்குகள் சுவரைச் சுற்றி பலத்த காவல் பணியில் ஈடுபட்டன.

அயல் நாட்டு அதிபர் டி காடூரில் வந்து இறங்கியது. காடூர் காட்டுயிர்கள் ஆடிப்பாடி வரவேற்றன. பாரம்பரிய இசை நிகழ்ச்சிகள், நடன நிகழ்ச்சிகள் என களைகட்டியது. திட்டமிட்டபடி பல்லக்கில் ஏறி அயல் நாட்டு அதிபர் டி, அதிபர் கி உடன் வீதி உலா புறப்பட்டது. கொசுக்கள் பகுதி சுவரைப் பார்த்து அயல் நாட்டு அதிபர் டி ஆச்சரியப்பட்டது “சட்ட விரோத குடியேறிகளின் ஊடுருவலைத் தடுக்கும் சுவர், எங்கள் காட்டின் ஏழ்மையை ஒழிக்கப் போகும் பெருமைமிகு சுவர்” என்றது அதிபர் கி.

“ஓ... எங்களது நாட்டிலும் இதுபோல ஒரு சுவர் எழுப்பப்பட்டு வருகிறது” என அயல் நாட்டு அதிபர் டி சொன்னது.

எழுபது அடி சுவரைத் தாண்டி வந்த ஒரு குறும்புக்கார கொசு, ஏழு அடுக்கு பாதுகாப்பையும் மீறி எப்படியோ அயல் நாட்டு அதிபர் டி யின் கையைக் கடித்து விட்டது. “அய்யோ” என அயல் நாட்டு அதிபர் அலறியது. கையில் கடிபட்ட இடம் வீங்கி சிவந்து விட்டது. கோபத்தில் அயல் நாட்டு அதிபர் டி பயணத்தை பாதியில் நிறுத்தி விட்டு சொந்த நாட்டிற்குத் கிளம்பியது. கொசு மட்டையோடு துரத்தியவர்களுக்கு டிமிக்கி கொடுத்துவிட்டு, குறும்புக்கார கொசு தப்பியோடி தலைமறைவாகியது. கொசு மருந்து அடித்து கொசுக்கூட்டத்தை ஒழித்தும், அதிபர் கி-க்கு கோபம் குறையவில்லை. என்ன நடக்குமோ என்ற பயத்தில் உறைந்திருந்தது.

வலசை போன யானை அயல் நாட்டு அதிபர் டி கொதித்தெழுந்து ஆயுதங்களுடன் போருக்கு வரப்போகிறான் என்ற தகவலோடு வந்தது. “ஒரு கொசுவிற்கு போரா? ஒரே அக்கப்போரால இருக்கு” என அதிபர் கி சலித்துக் கொண்டது. அவசர அமைச்சரவைக் கூட்டம் கூடியது. மணிக்கணக்கில் நடக்குமென நினைத்த கூட்டம் ஒரே நிமிடத்தில் முடிந்தது. உடனடியாக அயல் நாட்டிற்குப் பறந்த அதிபர் கி, அயல் நாட்டு அதிபர் டி யைச் சந்தித்தது. இருவரும் கை குலுக்கியபடி புகைப்படத்திற்கு போஸ் கொடுத்து விட்டு அதிபர் கி காடூர் திரும்பியது. “அடடா... என்னவொரு ராஜ தந்திரம்” என வானரக் கூட்டம் மெச்சியது. காலில் விழுந்து அழுது புரண்டு போரை நிறுத்தியிருக்கும் என மிருகங்கள் பேசிச் சிரித்துக் கொண்டன.

இத்தகவல் அதிபரின் கி யின் காதுக்குச் செல்ல கோபமடைந்தது. எப்படியோ மிருகங்களின் கவனத்தை திசை திருப்ப வேண்டுமென யோசித்தது. இன்றிரவு அதிபர் கி ஒரு முக்கிய அறிவிப்பை வெளியிடுகிறார் என்ற தகவல் காடெங்கும் பரவியது. இந்த முறை என்ன சோதனை காத்திருக்கிறதோ என விலங்குகள் அஞ்சி நடுங்கின.

இரவில் சபை முன்பு மேடையேறிய அதிபர் கி, ஆவேசமாக முழங்கியது.

“ஊரூரில் இருந்த கடமாக்கள் காடூருக்குள் ஊடுருவியுள்ளன. சட்ட விரோதமாக கடமாக்கள் குடியேறுவது அதிகரித்து வருகிறது. நாள் தோறும் பெருகி வரும் கடமாக்களே காடூரின் எதிரிகள். அவற்றினால் காட்டின் வளம் குறைந்து வருகிறது.

குளங்களில் தண்ணீர் குடிப்பதும், செடி கொடிகளை மேய்வதும் என இருப்பதால், காடூர் விலங்குகளுக்கு தண்ணீர், இரை கிடைக்காமல் போகிறது. சட்ட விரோதமாக குடியேறிய கடமாக்களை வெளியேற்ற வேண்டும். மூன்று தலைமுறை ஆதாரங்களைத் தரும் கடமாக்களுக்கு மட்டுமே காடூரில் வாழ குடியுரிமை வழங்கப்படும்" என்றது.

"காட்டு மாதா கி ஜெ" என வானரக்கூட்டம் முழங்கியது.

"காடூரில் இருந்து தான் ஊரூர் பிரிந்தது. ஊரூரில் இருந்து வந்தவை தான் என்றாலும், காடூர் தான் எங்கள் தாய் வீடு. காடூர் தான் எங்கள் நாடு. இது எங்களது காடூர். நாங்கள் இங்கே தான் இருப்போம்" என கடமாக்கள் எதிர்ப்பு தெரிவித்து போராட்டம் நடத்தின. புலிகளும் மற்ற விலங்குகளும் கடமாக்களுக்கு ஆதரவாகக் களமிறங்கின. கடமாக்களின் விளக்கங்களை வானரங்கள் ஏற்க மறுத்தன.

"வந்தேறிகளே வெளியேறுங்கள், காடூர் காட்டுயிர்களுக்கே" என வானரக் கூட்டங்கள் ஊர்வலம் சென்றன. கண்ணில் பட்ட கடமாக்களை அடித்து உதைத்தன.

"பிறந்ததற்கோ, மேய்ந்ததற்கோ எங்கே ஆதாரங்கள் இருக்கும்? இதில் மூன்று தலைமுறைக்கு முன்பு என்றால் எங்கே போவது?" என்ற கடமாக்கள், தேடிக்கொடுத்த சில ஆதாரங்களும் செல்லாது என அறிவிக்கப்பட்டது. கடமாக்கள் செல்வதால் இரையும் தண்ணீரும் மிச்சம் தானே என்றும், காட்டு நலன் கருதியும் பல மிருகங்களும் அமைதி காத்தன.

கடமாக்கள் அனைத்தும் சட்ட விரோதக் குடியேறிகள் என முத்திரை குத்தப்பட்டு, காடூரில் இருந்து வெளியேற்றும் உத்தரவு வந்தது. கடமாக்களை வானரக் கூட்டங்கள் அடித்து, உதைத்து விரட்டியடித்தன. எதிர்ப்பு தெரிவித்த கடமாக்கள் பட்டியில் அடைக்கப்பட்டன. கடமாக்களுக்கு ஆதரவாக போராடிய விலங்குகள் கூண்டிலும், கரோலிலும் சிறைபட்டன.

காடூருக்குள் ஒரு கடமாவும் இல்லையென்ற நிலை வந்தது. கடும் வறட்சி. உணவுத் தட்டுப்பாடு. மிருகங்களுக்கு மீண்டும் ஏமாற்றமே மிஞ்சியது. "காட்டுயிர்களுக்கே உணவு இல்லாத போது, பட்டியிலும், கரோலிலும், கூண்டிலும் உள்ள காட்டு விரோதிகளுக்கு இரை போட்டு எவ்வளவு காலம் பார்க்க

முடியும்? இனியும் முடியாது. அவைகளைக் கொளுத்துவதே சரியான தீர்வு" என வானரக்கூட்டம் முடிவெடுத்தது.

கொஞ்ச நாட்களாக கடமா இல்லாததனால், குளத்தைச் சுற்றி புதர் மண்டியிருந்தது. கடமா இருந்திருந்தால் தண்ணீர் குடிக்கப் போய் வரும். செடி, கொடிகளை மேயும். இப்போது அதற்கு வழியில்லை. குளம், குட்டைகள் தெரியாத அளவுக்கு புதர் வளர்ந்தது. எந்தப் பறவையும் வரவில்லை. மழையும் பொய்த்துப் போனது. காய்ந்த புதர்கள், மரங்கள், கட்டைகள், இலை தழைகள் குவிந்து கிடந்தன. பட்டிக்கு வைக்கப்பட்ட தீ, காட்டுத்தீயாக மாறியது.

காட்டுத்தீ மளமளவெனப் பரவியது. காடூர் பற்றி எரிந்தது. தீயின் கொடிய நாக்குகள் தீண்டி, மரங்களும் விலங்குகளும் பொசுங்கிச் செத்தன. சுற்றும் தீ கொளுந்து விட்டெறிய, எழுபது அடி சுவர் பக்கம் ஒரு பெருங்கூட்டம் ஓடியது. தப்பியோட சுவர் தடையாய் வர ஆங்காங்கே அப்படியே தீக்கிரையாகின. சுவரேறி தப்பிக்க முயன்ற விலங்குகளையும், தீ விட்டு வைக்கவில்லை. காட்டு மாதாவை வேண்டுவதைத் தவிர, வானரங்களுக்கும் வேறு வழி தெரியவில்லை.

முக்கால்வாசி காடு எரிந்து சாம்பலாகி விட்டது. கொஞ்சம் கொஞ்சமாக தீ குறைந்தாலும், தொடர்ந்து எரிந்து கொண்டிருந்தது. காயம்பட்ட மிருகங்கள் உயிர் பிழைத்தால் போதும் எனத் தப்பித்து, அகதியாக ஓடின. காட்டுத்தீயின் கோரத்தில் வானரங்களும் காயம்பட்டன. உறவுகளை இழந்து தவித்தன.

அதிபர் கி காட்டுயிர்கள் முன்பு தோன்றியது. எரியும் காட்டில் இருந்து காட்டுயிர்களைக் காப்பாற்றவும், துயரில் இருந்து விடுபடவும் உதவிக்கரம் நீட்டும் எனவும் எதிர்பார்க்கப்பட்டது. ஆனால் அதிபர் கி யோ, எரியும் காட்டைப் பார்த்து "காடூர் ஒளிர்கிறது… காட்டுத் தீக்கு எதிராக நமது ஒற்றுமையைக் காட்டும் வகையில் கைகளைத் தட்டுங்கள்" என்றது. அந்நிலையிலும் ஒரு கூட்டம் கைகளைத் தட்டிக்கொண்டு "ஆமாம்… ஆமாம்… காடூர் ஒளிர்கிறது, காட்டு மாதா கி ஜெ" என முழங்கின.

◆◆◆

தொடர்பு எல்லைக்கு அப்பால்

யானைப் பிளிறலோடு, மலைப்பாம்பு ஊர்ந்து வருவதுபோல வந்து நின்றது, இரயில். வளைந்து நெளிந்து நீண்டிருந்த அதன், தலையும் வாலும் அகப்படவில்லை. வரிசையாய் அடுக்கி வைக்கப்பட்டிருந்த நீல நிறப்பெட்டிக்குள், ஏறியிறங்க கூட்டம் முந்தியடித்தது. "டொய்ன்... டொய்ன்... பயணிகளின் கனிவான கவனத்திற்கு... வண்டி எண் ஒன்று இரண்டு ஆறு ஏழு மூன்று... சென்னையில் இருந்து கோயம்புத்தூர் வரை செல்லும் சேரன் எக்ஸ்பிரஸ், நடைபாதை எண் இரண்டில் இருந்து ஐந்து நிமிடத்தில் கிளம்பும்" என்று ஒலிபெருக்கியில் தமிழ், இந்தி, ஆங்கிலம் என மாறி மாறி இரைந்து கொண்டிருந்தது.

கடற்கரை அலை போல வந்து செல்லும் மக்களால் இரைந்து கொண்டிருந்த இரயில் நிலையத்தில் எனது மனம், ஆழ்கடல் போல அமைதியாகக் கிடந்தது. நிதானமாக ஏறி எனக்கான இடத்தைத் தேடி அமர்ந்தேன். இரையை விழுங்கிய மலைப்பாம்பாய் இரயில் மெல்ல ஊர்ந்தது. சட்டென வேகமெடுத்து இருளுக்குள் தொலைந்தது. சிறிது நேரத்தில் இருக்கையில் இருந்து எழுந்து கதவுக்கருகே சென்று நின்றேன். குளிர்ந்த காற்று முகத்தைத் தொட்டுச் சென்றது. வெளியே எட்டிப்பார்த்தேன். 'தடக், தடக்' என்ற சத்தத்தோடு இரயில் பெட்டிகள் வளைந்தும், நீண்டும் வந்து கொண்டிருந்தன.

இருப்புப் பாதையில் இணைந்து செல்லும் இரயிலும், தொடர்ந்து வரும் பெட்டிகளும் எவ்வளவு முறை பார்த்தாலும் சலிப்பூட்டாது போல.

இரயில் எப்போதும் எனது பிரியத்துக்குரியது. பிரமிப்பைத் தருவது. பிடித்து வைத்ததைப்போல ஓரிடத்தில் அமர்ந்திருக்காமல், அவ்வப்போது சுதந்திரமாக நடக்கலாம். நாட்டில் குறுக்கும், நெடுக்குமாக பயணிக்கும் பலவிதமான மனிதர்களைப் பார்க்கலாம். இரயிலில் பயணிக்காத மனிதர்கள் இருந்தாலும், பார்க்காதவர்கள் யாரும் இருக்கமாட்டார்கள் என்றே நினைத்திருந்தேன். இப்போது நான் சென்று கொண்டிருக்கும் ஊரில் உள்ள ஒருவரும் இதுவரை இரயிலை பார்த்ததுகூட இல்லையாம். அவ்வூரில் உள்ள குழந்தைகளின் பேராசை எதுவென்றால், இரயிலேறிச் சென்று கடலைப் பார்த்து வர வேண்டும் என்பது தானாம்.

இதேபோல் ஒருநாள் இரவு இரயில் பயணத்தில் தான், இதழியல் படித்த கையோடு பிரபல வார இதழில் செய்தியாளர் பணிக்கான நேர்காணலுக்கு சென்னை சென்றேன். எதிர்பாராதவிதமாக செய்தியாளர் வேலையும் கிடைத்தது. எனக்கு சொந்த ஊர் கோவை என்றாலும், சென்னையில் வேலை செய்வது பிடித்திருந்தது. ஊரும் பழகிவிட்டது. இரண்டு ஆண்டுகள் ஓடிவிட்டது. ஒரு நாளிதழைப் புரட்டிக் கொண்டிருந்தபோது, அவனின் புகைப்படத்தை எதேச்சையாகப் பார்த்தேன். சிறு செய்தியோடு அந்தப் புகைப்படம் வந்திருந்தது.

அந்நாளிதழில் புகைப்படக்கலைஞராகப் பணியாற்றும் அருண், என்னோடு கல்லூரியில் படித்தவன், நான் கேட்டுக் கொண்டதற்கேற்ப அவனின் புகைப்படத்தை மெயில் அனுப்பியிருந்தான். அவன் அப்பகுதியில் நடக்கும் முக்கியச் செய்திகளையும் புகைப்படங்களையும் அவ்வப்போது எனக்கு அனுப்புவது வழக்கம். அவ்வூரில் எங்கள் நிறுவனத்தில் செய்தியாளர் இல்லாததால் கூடுதல் பொறுப்பு எனக்கு ஒதுக்கப்பட்டிருந்தது. கையில் மதிப்பெண் சான்றிதழுடன் பரிதவித்து நிற்கும் அவனின் முகத்தை என்னால் எளிதாகக் கடந்து செல்ல முடியவில்லை. அவன் முகத்தையே பார்த்துக் கொண்டிருந்தேன்.

18 வயதிற்கேற்ப ஒடிசலான உயரமான தேகம். சாந்தமான மாநிற முகம். அதில் மென்சோகம் கவிழ்ந்திருந்தது. சுருட்டை முடி, அரும்பு மீசை என்றிருந்தான். அவனின் கண்களில் பரிதவிப்பு மிகுந்திருந்தது. அருண் அனுப்பிய செய்தியைப் புரட்டினேன். நாளிதழ் செய்திக்கான உள்ளடக்கம் மட்டுமே அதில் இருந்தது. வார இதழுக்கு இது போதாது. நேரில் சென்று முழுமையாக அறிந்து எழுதினால்தான் நன்றாக இருக்குமென்பதால், ஈரோட்டிற்கு கிளம்பிவிட்டேன். இது தொடர்பாகப் பேசும் போது, அவ்வூர் மக்கள் இரயிலைப் பார்த்தது கூட கிடையாது என்பதை அருண் சொன்னான்.

ரயில் அதிகாலையில் ஈரோடு இரயில் நிலையத்தை அடைந்தது. அருண் எனக்காகக் காத்திருந்தான். நல விசாரிப்புகளுக்குப் பிறகு, அவனது அறைக்குச் சென்றோம். அவசர அவசரமாகத் தயாராகி இருசக்கர வாகனத்தில் இருவரும் சுண்டப்போடு கிளம்பினோம். ஏற்கனவே அருண் சுண்டப்போடு சென்று வந்திருந்தான் என்பதால், எந்த சிரமமும் இருக்கவில்லை.

ஈரோட்டில் இருந்து நூறு கிலோ மீட்டர் தொலைவில் இருக்கிறது, கொங்காடை கிராமம். பர்கூர் மலைப் பகுதியில் போக்குவரத்து வசதியற்ற ஒரு கடைக்கோடி கிராமம். அண்மையில் தான் பேருந்தே, அவ்வூரை எட்டிப் பார்த்தது. அங்கிருந்து ஐந்து கிலோ மீட்டர் தூரம் ஒற்றையடிப் பாதையில் நடந்து சென்றால்தான், சுண்டப்போடு கிராமத்தை அடைய முடியும். தொடர்சாலையற்ற மலைப்பாதையில் மேடு பள்ளங்களின் வனப்பில் உருண்டு புரண்டு ஊர்ந்து வனத்தின் நடுவே பயணிக்க வேண்டியிருந்தது. செல்லும் பாதையில் எப்போதோ தார்ச்சாலை போட்டிருந்த அடையாளத்தை மட்டுமே பார்க்க முடிந்தது. போதாக்குறைக்கு அந்தப் பாதையில் காட்டு விலங்குகள் எப்போது வேண்டுமானாலும் எதிர்ப்படும். இப்படியான சாகசப் பயணத்தைக் கடந்து அவ்வூரை அடைந்தோம்.

பச்சை வண்ணத்தை தொலைத்துவிட்டு வெளிறிப் போயிருந்தது வனம். முடிவில்லாது சொட்டும் கண்ணீர்த் துளிகளென, மரங்கள் இலைகளை உதிர்த்தபடி இருந்தன. அவை அளவற்ற துயரத்தைச் சுமந்தபடி வெறுமையாய் நின்றிருந்தன. வழியில் ஓரிரு மான் கூட்டங்கள், ஒற்றைக் காட்டெருமை, அங்குமிங்கும்

ஓடும் காட்டுப் பன்றிகள் தவிர்த்து மிருக வாசனையற்று வறண்டிருந்தது. வெயில் சுட்டெரித்துக் கொண்டிருந்தது. சருகுகளை மேலெழுப்பியபடி நகர்ந்த வறண்ட காற்று, முகத்தின் மீது பட்டுச் சென்றது. மாதனின் வீட்டின் முன்பு அருண் வண்டியை நிறுத்தினான். அந்த வீட்டின் முன்பு ஒரு வயதான ஆள், வெற்றுடலும் வேஷ்டியுமென இருந்தார். அது மாதனின் அப்பா என்பதைப் பார்த்த மாத்திரத்தில் அறிய முடிந்தது. ரேடியோவில் ஏதோவொரு பாடல் கரகரப்பாக ஒலித்துக் கொண்டிருந்தது.

"மாதன் வீடு இதுதானே?"

"ஆமாங்க... சார் யாருனு தெரியலையே?"

"நான் கவின், ரிப்போர்ட்டர், இது அருண்."

"நீங்க வருவீங்கனு மாதன் சொல்லியிருந்தான். வாங்க, வாங்க..."

திண்ணையில் அமர்ந்தோம். வீட்டின் பின்புறம் இருந்து மாடுகள் கத்துவது கேட்டது. மாதனின் அப்பா குடிக்கத் தண்ணீர் கொண்டு வந்து கொடுத்தார். குடித்தபடி, "மாதன் இல்லையா?" எனக் கேட்டேன்.

"பட்டியில இருக்கான். இருங்க கூப்பிடுறேன்" என்றவாறே மாதனை அழைக்கச் சென்றார். மாதன் மாடுகளுக்குத் தீவணம் வைத்து விட்டு வந்தான். அதற்குள் பிளாக் டீ வந்திருந்தது. குடித்து முடித்த பின்னர், மாதனுடனான நீண்ட உரையாடலுக்குத் தயாரானேன். பேசியபடியே ஊரைச் சுற்றி நடந்தோம். அருண் வேண்டிய இடங்களில் எல்லாம் புகைப்படங்களை எடுத்துக்கொண்டான்.

"மாதன் உங்களப் பத்திச் சொல்லுங்க."

"நாங்க ஊராளி டிரைப்ஸ். எனக்கு ரெண்டு அண்ணன், ஒரு தம்பி, அப்புறம் ஒரு தங்கச்சினு கூட பொறந்தவங்க நாலு பேர். அப்பாவுக்கு முக்கால் ஏக்கர் நெலம் இருக்குது. வானம் பாத்த பூமி. அதுவும் கடன்ல தா இருக்கு. மொதல்ல அப்பாவுக்கு உதவியா மாடு மேய்ச்சிட்டு இருந்தேன்.

குறுக்கிட்டு "எப்போ ஸ்கூலுக்குப் போனீங்க" எனக் கேட்டேன்.

"பத்து வயசா இருக்குறப்ப, நாலாம் கிளாசுல சேர்த்து விட்டாங்க..."

"அப்போ மொத மூணு வகுப்பு?"

"அதெல்லா படிக்கல சார். நானெல்லா பள்ளிக்கூடம் போனதே பெரிய விஷயம்."

பேசிக்கொண்டே நடந்து சென்றபோது, "அதோ பாருங்க அதுதா நா படிச்ச பள்ளிக்கூடம்" என்று மாதன் தன் கையை நீட்டிக் காட்டினான்.

ஒரு சிறிய அறை போல இருந்த கட்டிடத்தைக் காட்டினான். அதனைப் பள்ளியென மாதன் சொன்னான். சகல வசதிகளோடு இருந்த பள்ளிகளைப் பார்த்துப் பழகிய எனக்கு, அது ஏதோ மோட்டார் அறை போல தோன்றியது. சுவர்களில் வெள்ளை சுண்ணாம்பு பூசப்பட்டிருந்தது. கூரையாக சிமெண்ட் சீட் இருந்தது. குழந்தைத் தொழிலாளர் சிறப்புப் பள்ளி என சிறு போர்ட் இருப்பது தெரிந்தது.

அப்போது எதிரே வந்தவரை சடையன் என மாதன் அறிமுகப்படுத்தி வைத்தான். ஒற்றைக் கோமணத்தில் தன்னை உடுத்திக்கொண்டு, எலும்புகள் துருத்தி தசை இறுகிய கருத்த தேகத்தோடு வந்து நின்றார். கல்விக்கூடம் கட்டுவதற்கான பத்து செண்ட் இடத்தை எந்தவொரு எதிர்பார்ப்புமின்றி தந்ததோடு, தன் மிச்ச நெலத்தையும் குழந்தைகள் சாப்பாட்டுக்கு காய்கறி விளைவிக்கக் கொடுத்தவர் என்று மாதன் சொன்னான்.

"அய்யா... நமக்கு முன்னாடி இருந்தவங்க போய்டாங்கோ, ஒண்டிக்கட்டையான நாமளும் நாளீக்கு போயிடுவோம். ஆனா இந்தப் பள்ளிக்கூடம் எங்கயும் போவாதுங்க. எங்க புள்ளைகல இது காப்பாத்தும்" என சடையன் சொன்னார்.

கனத்த குரலோடு சடையனின் கைகளைப் பற்றிக்கொண்டு, "அய்யா... நீங்க செஞ்சது சாதாரண விசயமில்ல. பிள்ளைக நல்லா இருப்பாங்க" என்றேன்.

சடையன் தனது வீட்டைக் காட்டினார். வீடு மொத்தமே பத்துக்கு பத்தடி தானிருக்கும். சதை பிளந்து தொங்கும் எலும்புகளாய் மண் சுவர் பெயர்ந்து, மூங்கில் தடுப்புகள் வெளிப்பட்டன. சுவரின் ஓட்டைகளும் மேற்கூரை ஓடுகள் உடைந்த ஓட்டைகளும் சாக்குப் பைகளால் அடைக்கப்பட்டு, தகரக் கதவு போடப்பட்டிருந்தது. அதை இரண்டு பகுதியாகப் பிரித்து ஒன்றை சமையலறையாகவும், இன்னொரு பகுதியை தான் படுத்தெழப் போதுமான அறையாகவும் அமைத்திருந்தார். அந்த சிறு குடிலுக்குள் ஒரு பெரிய கரையான் புற்று உருவாகியிருந்தது. "இந்தப் புற்றை ஏன் கலைக்கவில்லை" எனக் கேட்டதற்கு, "அய்யோ... அதுக்குள்ள உயிரு இருக்குங்க சாமி, அத கலைக்கிறது பாவங்க. அது பாட்டுக்கு அது இருக்கு, எம் பாட்டுக்கு நானிருக்கேன்" என வியப்பளித்தார்.

சடையனிடம் இருந்து விடைபெற்றுக் கிளம்பினோம். "இங்க எப்புடி ஸ்கூல் வந்துச்சு?" எனக் கேட்டேன்.

"அதொரு பெரிய கதெ சார். மாடு மேய்ச்சிட்டு இருந்த என்னை முருகன் சார் தா வந்து பள்ளிக்கூடத்துல சேத்துவிட்டாரு. அப்போ இந்தப் பள்ளிக்கூடம் எல்லா இல்ல. கீழ இருக்குற பள்ளிக்கூடத்துக்கு மினி ஆட்டோவுல போயிட்டு வரணும். என்னோட சேர்ந்து பன்னெண்டு பேர் பள்ளிக்கூடத்துக்கு போனோம். போயிட்டு வர்றது கஷ்டமா தா இருந்துச்சு. திடீர்னு ஒரு நாளு மினி ஆட்டோ மலைப்பாதையில இருந்து கவிழ்ந்து விழுந்திடுச்சு. நிறைய பேருக்கு காயம். எனக்கு கையில, தலையில காயமாச்சு."

"அச்சச்சோ... அப்புறம் என்னாச்சு?"

"அப்புறம் எங்க பள்ளிக்கூடம் போறது? முருகன் சார் தா இங்க பள்ளிக்கூடம் தொடங்கலாம்னு சொன்னாரு. அதுமட்டுமில்லாம அவரே தா இப்ப வரீக்கும் பாடமெடுத்திட்டும் இருக்காரு. முருகன் சார் இல்லீனா இங்க யாரும் படிச்சு இருக்க முடியாது. திங்கட்கிழம வந்தார்னா, வெள்ளிக்கிழம தா ஊருக்கு போவாரு"

"ப்பா... பெரிய விஷயம். அவரப் பார்க்க முடியுமா?"

முருகனைப் பார்க்க மாதன் அழைத்துச் சென்றான். வகுப்பறை உற்சாகமாக இருந்தது. மாணவர்கள் உன்னிப்பாக கவனித்துக்

கொண்டிருந்தனர். எங்களைப் பார்த்ததும் எதையோ படிக்கச் சொல்லிவிட்டு, வகுப்பறையில் இருந்து வெளியே வந்தார். நேர்த்தியற்ற உடையோடு இருந்த அவர், தன்னை முருகன் என்று அறிமுகப்படுத்திக் கொண்டார். அதிகபட்சமாக முப்பத்தி ஐந்து வயதிருக்கும். நானும் என்னைப் பற்றிச் சொன்னேன். அந்த உடை என் கண்ணை உறுத்திக் கொண்டேயிருந்தது. அதை கவனித்தவராக முருகன் சொன்னார்,

"இந்த கிராமத்து மனுசங்க தன்மையோடு இருக்குறவங்கள தா, குழந்தைக ஏத்துப்பாங்க. அதனால தா இப்புடி..."

"சாரிண்ணா."

"பரவால சார், இதுல என்னயிருக்கு?" என்ற முருகன், தனது கதையைச் சொன்னார்.

"எனக்கு சொந்த ஊரு கோபி. நா காலேஜ் படிக்குற சமயத்தில நெறைய சோசியல் சர்வீஸ் பண்ணிட்டு இருந்தேன். அப்படி ஒருக்கா இங்க வந்து பார்த்தப்போ, ஒரு கொழந்த கூட ஸ்கூலுக்கு போகல. இவீங்களுக்கு ஸ்கூல்னா என்னனெ தெரியாது. பெத்தவங்களோட போய் காட்டு வேல, மாடு மேய்க்கிறதுனு இருந்தாங்க. பொண்ணுகளுக்கு சின்ன வயசுலயே கல்யாணம் பண்ணி வச்சிடுவாங்க. சுத்தி இருக்குற ஊருகளிலும் இப்புடி தா. அங்க ஒன்னா ஸ்கூல் இருக்காது. ஸ்கூல் இருந்தா டீச்சர் இருக்க மாட்டாங்க. இதையெல்லா மாத்த ஏதோ பண்ணலானு இதெல்லாம் பண்ணிட்டு இருக்கேன்."

"சூப்பர்ண்ணா. ஆனா குழந்தைத் தொழிலாளர் சிறப்பு பள்ளியில ரெண்டு வருசம் தானே படிக்க முடியும்?"

"ஆமா சார்... ரூல்ஸ் படி ரெண்டு வருசம் தா இங்க படிக்க முடியும். அப்புறம் முறைசார் பள்ளியில சேர்த்து விடணும். ஆனா அதுக்கு இங்க வழியில்ல. சின்னப் பசங்க எப்புடி எட்டு பத்து கிலோமீட்டர் காட்டுப்பாதையில நடந்து போயிட்டு வர முடியும்? கூட ரெண்டு, மூணு வருசம் சேத்தி எடுக்க வேண்டியிருக்கும். அவீங்கள படிக்க வைக்கறது தா முக்கியம்."

"ஒரே அறையில எப்புடி கிளாஸ் எடுக்குறீங்க? பாக்க ஸ்கூல் மாதிரியே இல்லீயே?"

“வேற என்ன சார் பண்ண முடியும்? காலையில தொடங்கி மாலையில முடியுற சமவெளி ஸ்கூல் மாதிரி இது இருக்காது. காலையில வந்தா பசங்க கூடியிருக்க மாட்டாங்க. அவீங்க வீடுகளுக்கே போயி, கூப்பிட்டு வரணும். ஒரு பையன் பள்ளிக்கு பக்கத்துல இருந்தா, இன்னொருத்தன் மூணு கிலோமீட்டர் தொலைவில இருப்பான். எல்லோரையும் ஒண்ணு சேர்த்த அப்புறம் தான், வகுப்பு எடுக்க முடியும். அப்புடி வந்தவுடனே பாடங்களை நடத்தத் தொடங்கிடவும் முடியாது. சாப்டாங்களா... வீட்டுல இயல்பான சூழல்நிலை இருக்கா... நல்லா இருக்காங்களானு எல்லாம் முதல்ல தெரிஞ்சுக்கனும். அவீங்களுக்கு ஏத்த மாதிரி சொல்லித்தரணும்.”

“இந்த ஊருல யாரும் இரயிலப் பாத்ததே இல்லனு கேள்விப்பட்டேனே. உண்மையா ண்ணா?”

“ஆமா சார்... ரயில் நமக்கு சாதாரண விஷயம். ஆனா இவீங்களுக்கு அதிசயம். அப்புடிதா எல்லாமே. சமவெளி பசங்களுக்கு கிடைக்குற எந்த வாய்ப்பும் வசதியும் இந்த மலக்காட்டுல கெடக்குற பசங்களுக்கு கிடைக்காது. இங்க இருக்கறவீங்க மேல வரது தானே பெரிய விசயம். ஓட்டை விழுந்த அரைக்கால் டவுசரு, சட்டையும் போட்டுட்டு, பாவமா மாடு மேய்ச்சிட்டு இருந்த மாதன் அன்னிக்கு ஒரு குழந்தைத் தொழிலாளி. இன்னிக்கு கால்நடை மருத்துவ தரவரிசை பட்டியல்ல பழங்குடி பிரிவுல மாநிலத்துல முதல் மாணவன்... வேலைக்குச் சேருரப்போ எனக்கு சம்பளமாக ஆயிரத்து ஐநூறு ரூபாய் தான் கிடைச்சது. இப்போ ஏழாயிரம் ரூபாய் வருது... கஷ்டநஷ்டம் இருந்தாலும் முதன்முறையா கல்வி பயில்கிற குழந்தைகளுக்கு உதவுறேன்றத விட வேறென்ன பெருமையும் நிம்மதியும் கிடச்சிடப் போகுது?”

முருகனைப் பார்த்தேன். பின்னால் இருந்த மலைமுகடுகளை விட உயரமாகத் தெரிந்தார்.

அடுத்து மாதன் தான் படித்த கதையைச் சொன்னான். குழந்தைத் தொழிலாளர் சிறப்புப் பள்ளிக்குப் பிறகு குன்றி ஆர்.சி. பள்ளியில் பத்தாம் வகுப்பும், கோபியில் பனிரெண்டாம் வகுப்பும் படித்தான். காலையில் சீக்கிரமே கிளம்பி பள்ளிக்குச் செல்ல வேண்டும். திறந்த ஜீப்பிலோ அல்லது நடந்தோ செல்ல

வேண்டும். மழைக்காலத்தில் செல்வது பெரும்பாடு. பள்ளி சேரும் போது பயணித்த களைப்பும் சோர்வும் சேர்ந்துவிடும். காட்டுவாசி என சில மாணவர்களின் கிண்டல் கேலியை சகித்துக்கொள்ள வேண்டும். ஓரிரு ஆசிரியரிடமும் ஏளனப் பார்வை இருக்கும். முருகன் அளித்த ஊக்கமும் வழிக்காட்டலும் படிப்பைத் தொடர வைத்தது. பொதுத்தேர்வில் அறநூற்றுக்கு, ஐநூற்று இருபத்து நான்கு மதிப்பெண் எடுத்தான். பழங்குடிகள் பிரிவில் மாதன் தான் முதல் மதிப்பெண் பெற்ற மாணவன். 'இத்தனை பிள்ளைகள்ல ஒருத்தன் படிச்சாலும் ஒசந்த படிப்பா படிக்கப்போறானு' கல்லூரியில் படிக்கப்போகும் முதல் மாணவன் என்று கிராமமே கொண்டாடியது என்பதை விளக்கமாகக் கூறினான்.

"எங்க ஊருல காலேஜ் போற முதல் ஆளு நானா தா இருக்கும்னு நினைச்சேன். அப்படியாவது கஷ்டப்பட்டு படிச்சு வந்துட்டா, என்னப் பாத்து மத்தவங்களும் படிப்பாங்க. ஆனா என்னோட சந்தோஷம் ரொம்ப நாள் நீடிக்கல" என்றபோது அவனின் குரலில் வருத்தம் மிகுந்திருந்தது.

தொடர்ந்து "கால்நடை டாக்டர் ஆகணும்கிறது தா என் ஆசை. அது கிடைக்கலான, அக்ரி படிக்கலாம்னு இருந்தேன். ரெண்டுலயும் விண்ணப்பிச்சு இருந்தேன். ரெண்டுலயும் டிரைபல்ஸ் பிரிவுல மொத கட் ஆப் நா தா. ஆனா வேளாண்மை செயல்பாடுகள் வொகேசனல் குருப் படிச்சவங்களுக்கு அஞ்சு சதவீதம் தான் இட ஒதுக்கீடு. அதுல பழங்குடிகளுக்கு ஒரு சதம். இதுல ஒரு ஆளு கூட சேர முடியாது. சயின்ஸ் குரூப் எடுத்து படிச்சவீங்க மாதிரி, வொகேஷனல் குரூப் படிச்சவங்கனால எல்லா படிப்புலையும் சேர முடியாது. ஒன்னு இல்லானா இன்னொன்னு கெடைக்கும்னு நெனைச்சேன். ஆனா ரெண்டுமே இல்லீங்கிறது கஷ்டமா இருக்கு. இப்புடி ஒரு சிக்கல் இருக்குறதே இப்ப தா தெரியும்" என்றான்.

மாதனைப் பார்த்தேன். அவன் கண்களின் ஓரம் கண்ணீர்த் துளிகள் திரண்டு, எப்போது வேண்டுமானாலும் கொட்டி விடத் தயாராக இருந்தது.

"நான் படிச்சு மேல வந்துட்டா, தம்பி தங்கச்சிகளையும் முன்னேத்திடலாம்னு நினைச்சேன். இந்த ஊருலேயே யாரும்

பத்தாவதுக்கு மேல படிக்கல. படிச்சு மேல வரணும்னு கஷ்டப்பட்ட எனக்கும் சீட் இல்லனு சொல்லுறாங்க. அதுக்கு ஏதேதோ காரணம் சொல்றாங்க. எனக்கு எதுவுமே புரியலை. எவ்வளவுதான் கஷ்டப்பட்டுப் படிச்சு மார்க் எடுத்தாலும், நாங்கெல்லாம் மேல வர முடியாதா? படிச்சாலும் படிக்கலைன்னாலும் மாடுதான் மேய்க்கணுமா...?" எனக்கேட்ட மாதனின் குரலில் தவிப்பு மிகுந்திருந்தது.

"கவலைப்படாத. உன் கஷ்டம் வீண் போகாது. நம்பிக்கையோட இரு, கண்டிப்பா சீட் கிடைக்கும்" என நம்பிக்கை வார்த்தைகளைச் சொன்னேன். கனத்த மனதோடு விடைபெற்று ஊர் திரும்பினோம்.

ஓரிரு நாளில் மாதன் குறித்தான செய்தி நான் பணியாற்றிய வார இதழில் விரிவாக வந்திருந்தது பலரின் கவனத்தையும் ஈர்த்தது. அதற்குப் பின்னர் மற்ற நாளிதழ்களும் செய்தித் தொலைக்காட்சிகளும் மாதன் செய்திக்கு முக்கியத்துவம் அளித்தன. அவனுக்கு ஆதரவாக பலரும் கருத்துப்பதிவிட்டனர். ஒரு வார காலம் சென்றிருக்கும். முருகன் என்னை அழைத்து தோழர்கள் உதவியால் வழக்கறிஞர்கள் மூலம் சென்னை உயர்நீதிமன்றத்தில் வழக்குத் தொடர்ந்திருப்பதாகவும், முதலமைச்சரை சந்திக்க நேரம் கேட்டிருப்பதாகவும், அதற்காக நாளை சென்னை வரவிருப்பதாகவும் தெரிவித்தார்.

சென்னை இரயில் நிலையம் பரபரப்பாக இருந்தது. முருகன் சொன்ன நேரத்திற்கு இரயில் நிலையத்தில் நின்றிருந்தேன். முருகனும் மாதனும் வந்தனர். மாதனின் தோளில் கைபோட்டபடி,

"உங்க ஊருல இருந்து இரயில்ல போன மொத ஆளு நீ தா. ஒரு வழியா உன் ஆசை நிறைவேறிடுச்சு போல?"

"அத விட படிக்கணும்னு தா ஆசை" என்றான். அவனின் முகம் மேலும் வாடியிருந்தது.

"உன்னோட அந்த ஆசையும் கண்டிப்பா நிறைவேறும்" என்று நம்பிக்கையளித்தேன்.

தலைமைச் செயலகத்திற்கு சென்று முதலமைச்சரை சந்தித்து கோரிக்கை மனு அளித்தனர். அமைச்சர்களையும் சந்தித்தனர். உயர் நீதிமன்றமும் மாதனுக்கு இடம் ஒதுக்க பரிந்துரை செய்து உத்தரவிட்டது. அடுத்தடுத்து நடந்த நிகழ்வுகள் மாதனுக்கு நம்பிக்கை அளிப்பதாக இருந்தன. கல்லூரியில் இடம் கிடைத்துவிடுமென நானும் நம்பினேன். நம்பிக்கையோடு ஈரோடு சென்றனர்.

பரபரப்புச் செய்திகளுக்கு பின்னால் பரபரப்பாக ஓடிக்கொண்டுருப்பது தானே செய்தியாளர்களின் பணி. அடுத்தடுத்த வேலைகளுக்குள் மூழ்க, மாதனை மறந்தே போனேன். ஒருநாள் அருணோடு பேசிக்கொண்டிருக்கும் போது, மாதனுக்கு கல்லூரியில் இடம் கிடைக்கவில்லை எனச் சொன்னான். என்னால் தாங்கிக்கொள்ள முடியவில்லை. கேட்கக் கேட்க கண்ணீர் வந்தது. எனக்கே இப்படி இருக்கிறது என்றால், அவன் என்னாகி இருப்பான்? நினைத்துப் பார்க்கவே முடியவில்லை.

மறுநாளே ஈரோடு கிளம்பினேன். மாதனைத் தேடி அருணோடு சுண்டப்போடு சென்றேன். அவன் வீட்டில் இல்லை. அவனது அப்பாவிடம் கேட்டபோது, மாடுகளை ஓட்டிக் கொண்டு காட்டிற்குள் சென்றிருப்பதாகச் சொன்னார். முருகனைத் தேடி பள்ளிக்குச் சென்றோம். "ஒரு மாணவனுக்கு இடம் கிடைக்கவில்லை என்பதற்காக எங்களால் எதுவும் செய்ய முடியாது" என அனைவரும் கை விரித்து விட்டதை கவலையோடு சொன்னார்.

'அவன் ஒரு மாணவனா? அது ஒருவனின் கனவா? நிச்சயம் இல்லை. சடையனின் தியாகம், முருகனின் உழைப்பு, மாதனின் ஆசை, ஊரின் கனவு, பல தலைமுறையின் ஏக்கம்' என மனதில் தோன்றியது. கோபம் கோபமாக வந்தது. என்ன செய்துவிட முடியும், கண்ணீர் வடிப்பதைத் தவிர.

மேகம் கறுத்து வந்தது. முருகனோடு பேசியதில் இருந்து புரிந்துகொண்டது இதுதான். அடுத்தடுத்து நடந்த நிகழ்வுகளால் கல்லூரிப் படிப்பு மீது மாதனுக்கு சிறுகச் சிறுக நம்பிக்கை வளர்ந்து கொண்டிருந்தது. நீதிமன்ற உத்தரவை மலை போல் நம்பினான். இறுதியில் மலையில் இருந்து தூக்கியெறியப்பட்ட

கண்ணாடி போல, அவனது நம்பிக்கை உடைந்து நொறுங்கியது. "டாக்டர் ஆகப்போறேன்னு சொன்னப்பா எல்லா சிரிச்சாங்க. காட்டுப்பயலுக்கு ஆசையா பாத்தியானு... அப்பவே படிக்கறத விட்டிருக்கணும். இதுக்கா நா படிச்சேன்? இதுக்கு பேசாம மாடு மேய்ச்சிட்டே இருந்திருக்கலாமே? நா எல்லா படிக்க வரதே பெருசு, அதுல ஆர்வமா படிக்க ஆரம்பிக்கையில வாய்ப்பு மறுக்கப்பட்டா எங்க போறது?" என முருகனைக் கட்டிக்கொண்டு மாதன் அழுது தீர்த்திருக்கிறான்.

தனியார் கல்லூரியில் வேறு ஏதேனும் பாடப்பிரிவில் சேர்த்து விடுகிறேன் என முருகன் சொன்னார். அதைக்கேட்டு சட்டென விலகி வீட்டிற்குள் ஓடி, கதவைச் சாத்திக்கொண்டான். தட்டித் தட்டிப் பார்த்தும் கதவைத் திறக்கவில்லை. முருகனும், மாதனின் அப்பாவும் பதறிப்போனார்கள். சற்று நேரத்தில் கதவைத் திறந்து சலனமின்றி மாதன் கண்களைத் துடைத்தபடி வெளியே வந்தான். மாட்டுப்பட்டியில் கட்டியிருந்த மாடுகளை அவிழ்த்து, காட்டிற்குள் மேய்ச்சலுக்கு ஓட்டிச் சென்றான். மற்றவர்களின் பேச்சுக்குரல் எதுவும் அவனது காதில் விழுந்ததாய் தெரியவில்லை. அதன் பிறகு அவனை என்னாலேயே பார்க்க முடிவதில்லை என வருத்தத்தோடு முருகன் சொன்னார்.

மழையில் நனைந்தபடி ஊர் திரும்பினேன். அவன் மனதில் நம்பிக்கை விதைத்து ஏமாற்றியதில் எனக்கும் பங்குண்டு என்ற குற்றவுணர்வு மனதை வதைத்தது. அவ்வுணர்வு என் பலநாள் தூக்கத்தைப் பறித்தது. அழுது கண்ணீர் விட்டும், மனம் தேறவில்லை. ஒருமுறையேனும் அவனைப் பார்த்து மன்னிப்பு கேட்டிட வேண்டும். அதற்காக நானும் எவ்வளவோ முயற்சி செய்து பார்த்து விட்டேன்.

இந்தச் சமூகத்தின் தொடர்பு எல்லைக்கு அப்பால் தொலைந்த அவனை, எவ்வளவு முயன்றும் மீண்டும் பார்க்க முடியவில்லை.

❖❖❖

வனவாசி

அந்தி சாயும் நேரம். நரியின் முகத்தோடு சிகப்புக் கலந்த பழுப்பு நிறத்தில் இருக்கும் வெளவால்கள், பகல் பொழுதை மரக்கிளைகளில் தலைகீழாகத் தொங்கிக் கழித்திருந்தன. சூரியன் மலைகளுக்குள் மறைந்ததும் வழு வழுவென இருக்கும் இறக்கைகளை அடித்து இரை தேடிப் பறந்தன. வளைந்து நெளிந்து மலையேறும் பாதை ஓரத்தில் நின்றிருந்த பத்திருபது பேரோடு கூச்சலும் குழப்பமும் கூடியிருந்தது. என்ன நடக்கிறது, எதற்காகக் கூடியிருக்கின்றனர் என்பதைச் சிலர் வாகனத்தை நிறுத்திப் பார்த்தனர். பலர் பார்த்தும் பார்க்காமல் சென்றனர். கூடியிருந்தவர்களின் முகம் கோபத்தில் கொந்தளித்தது. சிலரின் கைகளில் கட்டைகளும் குச்சிகளும் இருந்தன. பலரின் கைகளில் இருந்த செல்போன்கள் அந்நிகழ்வைப் படம் பிடிக்க முந்தியடித்தன.

கூட்டத்திற்கு இடையே மரத்தில் மது கட்டி வைக்கப்பட்டிருந்தான். காற்று விசுவிசுவென வீசியது. காற்றில் ஈரப்பதம் கூடியிருந்தது. அதில் அவனது உடல் நடுங்கியது. கருத்த தேகத்தில் விழிகள் சிவந்திருந்தன. உடலையும் மரத்தையும் சேர்த்து வேட்டியாலும், அழுக்கேறிய கைகளும் கால்களும் மஞ்சிக்கயிற்றாலும் கட்டப்பட்டிருந்தன. குளித்து பல நாளாகி இருக்கும் போலும். தலை முடி சடைசடையாய்த் தொங்கியது. தாடி அடர்ந்து வளர்ந்திருந்தது. முகம் அடிபட்டு

ஆங்காங்கே வீங்கி இருந்தது. முகமெங்கும் இரத்தக் காயங்கள். வீங்கிக் கிழிந்த உதட்டில் இருந்து இரத்தம் வடிந்தது. கருப்பு நிற ஜட்டியோடு இருந்தான். வெளுத்து நிறமிழந்த சேறு அப்பியிருந்த நீல நிறச் சட்டை அரைக்கைக்கு மடித்து விடப்பட்டிருந்தது. திறந்திருந்த பட்டன்கள் உடலில் இருந்த காயங்களையும் இரத்தக்கறைகளையும் வெளிக்காட்டின. பசி உடலை உருக்கியிருந்தது. பாதங்களில் ஆங்காங்கே வெடிப்புகள் இருந்தன. அவற்றிடையே சிறுசிறு கற்கள் இடுக்கிக் கொண்டிருந்தன.

"திருட்டு நாயே..."

"என்னெல்லாம் திருடுன?"

"சொல்லுடா."

"நீ மட்டுந்தானா? கூட்டாளிக யாராச்சும் இருக்காங்களா?"

"கல்லுலி மங்கன்... இவ்வளவு அடிச்சும் ஏதாச்சும் பேசுறானா?" என்றபடி ஒருவன், கட்டையால் காலில் பலமாக அடித்தான்.

"ச்ச்ச்" என இரத்தம் படிந்த பற்களைக் கடித்தான்.

"அடி வாங்கி சாகாத, உண்மையச் சொல்லு."

கூட்டத்தினர் மாறி, மாறிக் கேட்டு கத்தினர். அதட்டினர். அடிக்கடி முகத்தில் அறைந்தும், கட்டை, குச்சியால் உடலில் அடித்தும் கேட்டனர். அவனிடத்தில் மௌனம் மட்டுமே பதிலாக இருந்தது.

'சர்ர்ர்' என போலீஸ் ஜீப் வந்து நின்றது. ஜீப்பின் மேலிருந்த லைட்டில் இருந்து சிவப்பு, நீல நிற ஒளிகள் வந்து கொண்டிருந்தன. கட்டி வைக்கப்பட்டவனின் முகத்தில் சிவப்பும் நீலமும் மாறி மாறி அடித்தது. இன்ஸ்பெக்டரும் ஏட்டுவும் இறங்கினர். ஜீப்பில் வாக்கி டாக்கி அலறிக்கொண்டிருந்தது. அதில் காவலர்கள் பேசும் சத்தம் கரகரப்பாக வந்தது. இன்ஸ்பெக்டருக்கு நாற்பது வயதிருக்கும். ஆறடி உயரம். திடகாத்திரமான தேகம். காக்கி உடையில் மிடுக்காய் இருந்தான். வயிறு கொஞ்சமாய் தள்ளிக்கொண்டிருந்தது. வழுக்கைத் தலையின் மீது தொப்பியை அணிந்தபடி நடந்து வந்தான்.

"என்னய்யா பிரச்சன?" இன்ஸ்பெக்டர் ஆள்காட்டி விரலை நீட்டி மடித்து, பெரு விரலை உயர்த்தி அதட்டும் தொனியில் கேட்டான்.

"திருடன் சார், திருடிட்டு ஓடுனவன பிடிச்சு வைச்சிருக்கோம்." வெள்ளைச் சட்டை அணிந்திருந்தவன் ஓரடி முன்னால் வந்து சொன்னான்.

"யோவ், கட்ட அவுத்து வுடு... செத்தரகித்தர போறான்" என இன்ஸ்பெக்டர் ஏட்டைப் பார்த்துச் சொன்னான். ஏட்டு கட்டுகளை அவிழ்த்தான். அப்படியே அவன் மரத்தோடு சாய்ந்து அமர்ந்தான்.

"குடிக்க தண்ணீ கொடுய்யா."

கூட்டத்தில் இருந்த ஒருவன் தண்ணீர் பாட்டிலை எடுத்து வந்து நீட்டினான். அவன் மூடியைத் திறந்து கடகடவென தண்ணீரை வாயில் ஊற்றினான். பாதி தண்ணீர் வாயிலும், பாதி தண்ணீர் உடலிலும் விழுந்தது.

"இங்க வா" என இன்ஸ்பெக்டர் அவனை அழைத்தான்.

அவன் கால்களைத் தாங்கியபடி, நொண்டிக்கொண்டு வந்தான். அவனது அடிபட்டு வீங்கிய முகத்தை இன்ஸ்பெக்டர் கைகளால் திருப்பிப் பார்த்தான்.

"உம் பேர் என்ன?"

"....."

"திருடுனியா?"

"....."

கேள்விகளை அடுக்கிக் கொண்டே போனான். அவன் பதிலேதும் பேசாமல் மேல் நோக்கி பார்த்தபடி நின்றிருந்தான்.

"உன் வூடு எங்க இருக்கு?"

இடது கையை உயர்த்தி மேற்கில் காட்டினான். இன்ஸ்பெக்டர் தலையைத் திருப்பிப் பார்த்தான். கை நீண்டிருந்த திசையில் காடு தெரிந்தது.

அவனை மேலும் கீழும் பார்த்து, முகத்தைச் சுழித்தபடி, "கிறுக்கன் மாரி இருக்கான், இவனா திருடினான்?" என இன்ஸ்பெக்டர் கேட்டான்.

"நடிக்குறான் சார், கிறுக்கன் மாரி சுத்தி நோட்டமிட்டு திருடிட்டு இருக்கான்."

"ஓ"

"கொஞ்ச நாளா இந்த ஏரியாவுல அதிகமா திருடு போகுது, எங்களுக்கு இவன் மேல தா சந்தேகமா இருந்துச்சு. இன்னிக்கு கையும், களவுமா மாட்டிட்டான்" என்றனர்.

"செரி, செரி... யோவ்... அவன ஜீப்புல ஏத்து, ஸ்டேசன்ல போய் பாத்துக்கலாம்" என ஏட்டுவிடம் இன்ஸ்பெக்டர் சொன்னான். மதுவை ஏற்றிக்கொண்டு ஜீப் வேகமாகச் சீறியது.

"காட்டுல தா பெரச்சனனா, இங்க அதுக்கும் மேல வருதே?" எனப் புலம்பிய, மல்லியின் கவலை தேய்ந்த கன்னச் சுருக்கத்தில் கண்ணீர் படர்ந்தது. மரக்கட்டைகளில் உள்ள வளையங்களைக் கொண்டு மரத்தின் வயதைக் கணக்கிடுவது போல, அவளின் உடலில் உள்ள சுருக்கங்களை கொண்டு வயதையும் கணக்கிடலாம் போல. கைகளைத் தலையணையாக்கி தரையில் படுத்திருந்தாள். அவன் சுவர்களில் எதையோ கரிக்கட்டையினால் கிறுக்கிக் கொண்டிருந்தான். அவனைப் பார்த்ததும் மல்லிக்கு அழுகை அதிகரித்தது. மல்லி அவனை போலீஸ் ஸ்டேசனில் இருந்து அழைத்து வந்து இரண்டு நாட்களாகி இருந்தது. மல்லி மதுவைப் பற்றி விளக்கிச் சொல்லியதும், "ஆளு பாக்க ஒரு மாதிரி இருக்கான்... எதாச்சு ஆச்சுனா நமக்கு தா தலவலி" என இன்ஸ்பெக்டர் விடுவித்தான். மல்லி பாதி உறக்கத்தில், பழைய நினைவுகளுக்குள் மூழ்கினாள்.

ஆளுயர செடிகளும், வானுயர்ந்த மரங்களும் நிரம்பியிருந்த காடு. காடெங்கும் பச்சை பரவியிருந்தது. கருப்பு, வெள்ளை, இடையிடையே மஞ்சள் கலந்திருந்த சிறகை அடித்துப் பறந்து வந்த ஆண் இருவாட்சி ஒன்று மரக்கிளையில் வந்தமர்ந்தது. சுற்றும் முற்றும் பார்த்தபடி மரக்கிளையில் மெல்ல நடந்தது. ஆண் இருவாட்சியின் வருகையை எதிர்நோக்கிக் காத்திருந்த பெண் இருவாட்சி, மரப்பொந்திற்குள் இருந்து துவாரம் வழியே அலகை நீட்டிக் கத்தியது. முட்டையிட்டு, குஞ்சு

பொறிக்கக் குடியிருந்த பொந்தைச் சுற்றி ஆற்று மண்ணையும் எச்சிலையும் சேர்த்து சுவர் எழுப்பியிருந்தது. ஆண் இருவாட்சி வயிற்றுக்குள்ளிருந்த பழங்களையும், பூச்சிகளையும் எக்கி எக்கி எடுத்து ஊட்டி விட்டு, கிழக்கு நோக்கிப் பறந்தது. அது கடந்து சென்ற மல்லியின் பதிக்கு காட்டுப்பாதையில் இரண்டு மணி நேரம் நடந்து செல்ல வேண்டும். கணவனை எப்போதோ இழந்திருந்த மல்லி பெற்றெடுத்த இரண்டு மகள்களையும் கட்டிக் கொடுத்துவிட்டு, மகன் மதுவோடு தங்கியிருந்தாள். மதுவுக்கு கல்யாணம் முடிந்த, ஒரு வருடத்தில் ஒரு மகள் பிறந்தாள்.

“அத்துவானக் காட்டுல வாழுற எங்கள இப்புடி வதைக்கிறீங்களே... நீங்க பண்ணுறது நியாயமா? பிள்ளைக மாதிரி வளத்த வாழையை வெட்டுறீங்களே... அந்தக் காலத்துலருந்து இந்த காலம் வரீக்கும் இங்க தானே வாழுறோம். இத்தன நாள விட்டுட்டு, இப்போ வந்து இப்புடி பண்ணுறீங்களே?” உயிர் வலியோடு கதறும் மல்லியின் குரல் மதுவின் நெஞ்சைப் பிழிந்தது.

“இது வனப்பகுதி. இங்க வாழை எல்லா வளக்க கூடாது” என்ற வனத்துறை அதிகாரியின் குரல் ஓங்கி ஒலித்தது. வனப்பகுதியை சரி செய்து சம உயர வரப்பு கட்டி, வாழை பயிரிட்டு இருந்தான். இரவெல்லாம் கண் விழித்து யானை, காட்டுப்பன்னியை விரட்டி, ஆறு மாதங்களாக வளர்த்த வாழையை அதுவும் அவன் கையாலையே வெட்ட வைத்தனர். கண்ணீரோடு வெட்டி முடித்தான். அரிவாளால் வெட்டப்பட்ட வாழையோடு சேர்த்து அவனது நம்பிக்கையும் வெட்டுப்பட்டது. ஆறு மாதம் பட்ட பாடு எல்லாம் ஒரு சில மணி நேரத்தில் நாசமானது. இனிமேல் வாழை பயிரிட மாட்டேன் என மதுவிடம் வனத்துறை காகிதத்தில் கையெழுத்து வாங்கிச் சென்றனர்.

தேன், நெல்லிக்காய், கடுக்காய், சிமாறு புல், கிழங்கு போன்ற வனப்பொருட்கள் சேகரிப்பு, பசியைப் போக்கவும், வருமானத்திற்கும் வழி செய்தது. அது போதுமானதாகவும் இருந்தது. வாழை கைவிட்டாலும், காடு கைவிடாது என்ற நம்பிக்கையில் மதுவும், மல்லியும் இருந்தனர். அந்த நம்பிக்கையும் பொய்ப்பிக்கும் நேரம் வந்தது.

அக்காடு புலிகள் காப்பகமாக மாற்றப்படுவதாக அறிவிப்பு வந்தது. கூடவே வனத்துறை அதீத கெடுபிடிகளோடு வந்தது.

அதுநாள் வரை சுதந்திரமாக உலாவிய காட்டிற்குள், கால் வைக்கக்கூடாது என்றது. ஆடு, மாடு மேய்க்கக் கூடாது, தேனெடுக்கக் கூடாது, விறகு பொறுக்கக் கூடாது. இப்படி பல கூடாதுகள். ஒரு கட்டத்தில் புலிகள் காப்பகத்தின் மையப்பகுதிக்குள் பதி வருவதாகக் கூறி, காட்டில் இருந்து வெளியேற வேண்டுமென்றனர். காலங்காலமாக வாழ்ந்த காட்டை விட்டு வெளியேற மல்லிக்கும், மதுவுக்கும் மனம் வரவில்லை. அது தான் பதியின் குரலாகவும் இருந்தது. ஆனால் அந்தக் குரலுக்கு யாரும் செவி மடுக்கவில்லை.

நீங்களாகவே வெளியேறினால், அரசின் சார்பில் இழப்பீட்டுத் தொகை கிடைக்கும் என்றது வனத்துறை. நெருக்கடிகளும், மிரட்டல்களும் தொடர்ந்தன. வேறு வழியின்றி பதியர்கள் காட்டில் இருந்து வெளியேறினர். காட்டிற்கு வெளியே ஓரிடத்தில் குடியமர்த்தப்பட்டனர். அதுவும் ஒரு காலத்தில் காடு தான். மதுவின் மூதாதையர்கள் காடு. அவனின் பாட்டனும், பூட்டனும் இழந்தது. முதலில் கொங்கர்கள் வந்தனர். பின்னர் பிரிட்டிஸ்காரர்கள் வந்தனர். கூடவே பாரெஸ்ட்காரர்கள் வந்தனர். வந்தவாசிகள் கரங்களுக்கு நிலம் போக, வனவாசிகள் தங்கள் நிலத்திற்கும், காட்டிற்கும் அந்நியமாகினர். காடு ஊராகி இருந்தது.

காடுகளில் நுழைவது குற்றம். காட்டிற்கு அருகே கூட நடமாட முடியாத நிலை. இழப்பீடும் வந்த பாடில்லை. கேட்டுக் கேட்டு சலித்துப் போனார்கள். நாளாக நாளாக அங்கு வாழப் பழகிப்போனார்கள். உணவு முறையும், பழக்க வழக்கங்களும் மாறிப்போயின. வயிற்றுப் பாட்டிற்காக மது தோட்டங்களுக்கு கூலி வேலைக்குச் சென்றான். அந்தக் காசு வாயிக்கும், வயிறுக்கும் போதவில்லை என்றாலும், ஏதோ காலத்தை ஓட்ட உதவியது. கொஞ்ச நாளில் நோவு வந்து மனைவியையும், மகளையும் சுருட்டிப் போனது. காட்டை இழந்து, மனைவி, மகளை இழந்த விரக்தியில் நொந்து போனான். மனம் பிறழ்ந்து பித்துக்குளியானான். பக்கத்தில் இருக்கும் காட்டிலே கிடந்தான். மரங்களுக்கு அடியில் படுத்து உருள்வதும் உறங்குவதும், மண்ணை வாறித் தூற்றுவதும் என இருந்தான். அங்கிருக்கும் ஒரு குன்றில் தான் பெரும்பாலும் இருப்பான். முன்பு போல யாரிடமும் வாய் திறந்து பேசுவதில்லை. அவனது பார்வை நிலை குத்தியிருக்கும். யார் முகத்தையும் பார்க்காமலேயே

இருந்தான். யாராவது அவனைப் பார்த்தாலும், இடது பக்கமாக முகத்தைத் திருப்பிக் கொள்வான். எப்போதாவது வருவான், அரிசி, காய்கறி என எதையாவது எடுத்துச் செல்வான்

“ஏண்டா இப்படி அங்கியே கெடக்குறானு?” என்று மல்லி கேட்டால், “என் தெய்வம் என்ன அங்க தா கூப்பிடுது” என பதிலளிப்பான். மதுவை குணப்படுத்தும் முயற்சிகள் தோல்வியில் முடிய, எங்கிருந்தாலும் உயிரோடு இருக்கிறானே என மல்லி ஆறுதல் அடைந்தாள்.

அன்று ஊர்க்காரர்கள் நான்கைந்து பேர் சேர்ந்து ஜீப்பை எடுத்துச் சென்று, குன்றில் இருந்து மதுவைப் பிடித்து அடித்து இழுத்து வந்தனர். அங்கு அடிக்கடி நடக்கும் திருட்டுக்கு எல்லாம் அவன் தான் காரணமென அடித்து உதைத்ததும், போலீஸ் அவனை அழைத்துச் சென்றதும் மல்லியின் கண்களில் நிழலாடியது. புலம்பியபடி மல்லி தூங்கிப் போனாள்.

நாட்கள் ஓடியது. சுவர்களில் கிறுக்கல்கள் அதிகரித்தது. சுவரில் கிறுக்குவதை மல்லி கவனித்தாலும், என்ன கிறுக்குகிறான் என்பதை ஒருபோதும் கவனித்ததில்லை. எப்போதும் வீட்டிற்குள் அடங்காத அவன் கொஞ்ச நாட்களாக வீட்டிற்குள்ளேயே கிடந்தான். திருட்டுப் பழியும், அடி உதையும் அவனை முடக்கியிருப்பதாக மல்லி நினைத்தாள்.

மரப்பொந்தில் அடைபட்டு இருக்கும் இணைக்கும், குஞ்சுகளுக்கும் இரை தேடி ஆண் இருவாட்சி பறந்தது. ஆண் இருவாட்சி வேடனின் துப்பாக்கிக் குறிக்கு இலக்காகியது. குண்டு உடலில் துளைக்க, அலறியபடி பொத்தென மண்ணில் விழுந்தது. இரத்த வெள்ளத்தில் துடிதுடித்து உயிர் விட்டது. ஆண் இருவாட்சியின் வருகைக்காக மரப்பொந்திற்குள் காத்திருந்த இறக்கையற்ற பெண் இருவாச்சியும் இளம் குஞ்சுகளும் பசியில் துடிதுடித்தன. கத்திக் கத்தியே அவற்றின் ஓலக்குரல் அடங்கியது. திடுக்கிட்ட மல்லியின் காலை உறக்கம் கலைந்தது. மனம் பதைபதைத்தது. இதயம் படபடத்தது. முகமெங்கும் வியர்த்துக் கொட்டியது. அப்போது எதேச்சையாக கவனத்தை ஈர்த்த கிறுக்கல்களின் மீது மல்லி சந்தேகப் பார்வையை வீசினாள்.

வீட்டைச் சுற்றி குப்பைகளாகக் கிடந்தன. காய்ந்த மர இலைகள் காலடியில் சரசரத்தன. ஆங்காங்கே சிலந்தி வலை

கட்டியிருந்தது. முழங்கையை தலையணையாக்கிக் கொண்டு மது மூலையில் படுத்திருந்தான். காலை நேர வெயில் உடைந்து கிடக்கும் ஜன்னல் வழியாகப் புகுந்து, உடலில் விழுந்து கொண்டிருந்தது. வெள்ளை சுண்ணாம்பு பூசிய சுவரில், கரிக்கட்டையின் கருப்பு நிறக்கோடுகள் நீண்டிருந்தன. சுவர்கள் எங்கும் கிறுக்கல்களாக இருந்தது. கைகளுக்கு எட்டிய தூரம் வரை கிறுக்கித் தள்ளப்பட்டிருந்தது. தரையில் ஆங்காங்கே கரித்துண்டுகள் கிடந்தன. மல்லி கிறுக்கல்கள் மீது பார்வையைச் செலுத்தினாள்.

சுவரின் கிறுக்கல்களில் மலைகளும் மரங்களும் வளர்ந்திருந்தன. மலைகளில் இருந்து அருவிகள் கொட்டி, நதிகளாகப் பாய்ந்து கொண்டிருந்தது. ஓடும் தண்ணீரில் யானைகள் குடித்து, குளித்துக் கொண்டிருந்தன. நீண்ட கொம்புடைய ஒரு ஆண் யானை தும்பிக்கையைத் தூக்கிப் பிளிறியது. மேய்ந்து கொண்டிருந்த மான்கூட்டத்தை ஒரு புலி பதுங்கிப் பார்த்தபடி இருந்தது. கடமா, சிறுத்தை, கரடி என பல விலங்குகள் இடம் பெற்றிருந்தன. பாம்புகள் ஊர்ந்து கொண்டிருந்தன. மரத்திற்கு மரம் குரங்குகள் தாவிக்கொண்டிருந்தன. மரக்கிளைகளில் பறவைகள் கூடு கட்டியிருந்தன. இன்னும் பெயர் தெரியாத விலங்குகளையும் பறவைகளையும் செடி கொடிகளையும் கிறுக்கித் தள்ளியிருந்தான். மல்லி நான்கு புறமும் சுற்றிப்பார்த்தாள். சுவரின் கிறுக்கல்களில் காடு உருவாகியிருந்தது. அந்தத் தருணத்தில் காட்டிற்குள் நின்றிருப்பது போல மல்லி உணர்ந்தாள்.

மதுவின் மனதில் பதிந்திருந்த காடும், காட்டுயிர்களும் கிறுக்கல்களில் உருவாகி இருந்தன. மலைகள், மரங்கள், விலங்குகள், பறவைகள் என இடம் பெற்றிருந்த அந்தக் காட்டில், தேடிப்பார்த்ததில் ஓரிடத்தில் ஒரு மனித உருவம் பதிந்திருந்தது. அந்த வனாந்தரத்தில் தன்னந்தனியாக கையில் குச்சியோடு ஒருவன் அலைந்து திரிந்தபடி இருந்தான். அதைப்பார்த்ததும் மல்லி தலையில் அடித்தபடி, பெருங்குரலெடுத்துக் கதறி அழுதாள். அந்த கிறுக்கல்களில் இருந்த வனவாசியின் முகத்தில், மதுவின் முகம் ஏறியிருந்தது.

◆◆◆

வலசை தொலைத்த யானை

இன்னிக்கு சுதந்திர தினமாம். காலையில இருந்து ஏழெட்டு முறை கேட்டாச்சு. ஏதோ உயரதிகாரி வராராம். அவருக்கு முன்னால என்ன பண்ணனும், எப்படிப் பண்ணனும்னு முருகனும் மணியும் சொல்லிக்கிட்டு இருந்தாங்க. முகாம், களைகட்டி இருந்துச்சு. தோரணங்களும் அலங்காரங்களும் கொடிகளும் நிரம்பியிருந்தது. ரேஞ்சர் அங்குமிங்கும் பரபரப்பாக நடந்தபடி, உத்தரவு போட்டுக்கிட்டு இருந்தான். அதைக் கேட்டு மத்தவங்க ஓடியாடி வேலை செஞ்சிட்டு இருந்தாங்க.

வரிசையில மொத ஆளா நின்னிட்டு இருந்தேன். என் மேல 'மாவூத்' முருகன், தேசியக் கொடியோட அமர்ந்திருந்தான். கொடி நடுவுல இருக்குற நீல நிறம் எப்படி உங்களுக்குத் தெரியாதோ, அது மாதிரி தான் நானும். அதுவும் இல்லாம, என் பேச்சும் உங்களுக்குப் புரிய வாய்ப்பில்ல. அது உங்களுக்கு வெறும் பிளிறலாகத்தா கேட்கும். உங்களுக்குப் புரியுற மாதிரி சொல்லணும்னா நா ஒரு ஆனெ. இல்ல இல்ல கும்கினு சொல்லுறது தா சரியாயிருக்கும். என் பேரு கும்கி ஆசாத். அந்த பேரு ஏன் வெச்சாங்கனு தெரியல. நா பொறந்து வளர்ந்தது எல்லா டாப்சிலிப் முகாம்ல தான்.

"ஆசாத்" என்றான் முருகன்.

இருபது வருசமா அவனைப் பாத்துட்டு இருக்கேன். ‘காவடி’யா வந்த முருகன், இன்னிக்கு மாவூத்தாக உயர்ந்திருக்கிறான். அவனிடத்திற்கு மணி வந்திருக்கான். கும்கி பயிற்சினு ‘கரோல்’ல இருந்தத நெனச்சா, இப்போ கூட உடம்பு சிலிர்க்குது. பெரிய பெரிய மரங்களால குறுக்கும் நெடுக்குமா அமைக்கப்பட்ட கரோல்ல, நாலு காலும் இரும்பு சங்கிலியோட இருக்கும். கரோல ரெண்டா பிரிச்சு ஒன்னுல கட்டி வெச்சாங்க. இன்னொன்னுல மாவூத் இருந்தான். மாவூத் கையில குச்சிய வெச்சு கட்டளையிடுவான். அதுக்கு அடிபணிந்து செஞ்சா கரும்புத் துண்டு கிடைக்கும். அடி பணியலனா அடி விழும். மொத பயிற்சி மண்டியிட வைக்கிறது. வலி ஒரு பக்கம், பசி ஒரு பக்கம் வாட்ட வேறு வழியில்லாம அவன் சொல்லுறத கேட்டுத் தா ஆகணும்கிற நெலமை. அடுத்து குச்சிய தும்பிக்கையில எடுக்குறது, குச்சிய பிடிச்சு நடந்து போறது இப்படி ஒவ்வொன்னா சொல்லித் தருவாங்க. அவீங்க சொல்படி நடக்க நடக்க, எல்லாம் கிடச்சுது. அப்புறம் அவீங்'களுக்கும், எனக்கும் ஒரு பிணைப்பு வந்தது.

காட்டுப்பாதையில புகையைக் கிளப்பியபடி வந்த ஜீப்பில இருந்து ஒருவன் இறங்கினான். உயரதிகாரி வந்துட்டாருனு முகாமே பரபரப்பானது. எல்லோர்க்குள்ளயும் ஒருவித நடுக்கமும், பயமும் தொற்றியிருந்தது. பெருத்த உடம்போடு கருப்புக் கண்ணாடி அணிந்தபடி இறங்கிய அதிகாரியை ரேஞ்சர், சல்யூட் அடிச்சு வரவேற்றான். ஏதோ ஆங்கிலத்தில் பேசியபடி நடந்தனர். நேரா வந்து கம்பத்தில மடிச்சுக் கட்டியிருந்த கொடிய ஏத்தினான். கயித்த இழுக்க இழுக்க மேலேறுன கொடி விரிந்து, உள்ளே இருந்த பூக்கள் உதிர்ந்துச்சு. அதிகாரி தலை மீதும் பூக்கள் விழுந்துச்சு. காற்றில் பறந்த கொடியினை அண்ணாந்து பார்த்தபடி, அவன் கைகளை உயர்த்தி சல்யூட் அடிச்சான். எல்லா கும்கிகளும் தும்பிக்கையைத் தூக்கி ஒரு சேர பிளிறின.

“பர்ஸிலேம்பரே” என்றான், முருகன். அதிகாரி என்னை நெருங்கி வந்தான்.

“பர்ஸிலேம்பரே” முருகன் மீண்டும் சொன்னான். முதல் முறை முருகன் சொன்ன போதே, தும்பிக்கையைத் தூக்கி பிளிறி இருப்பேன். ஏனோ என்னால அவனோட கட்டளைக்கு அடிபணிந்து செய்ய முடியல. அவன் சொல்லுறத செய்யணும்னு

மனசு சொன்னாலும், உடம்பு கேக்க மாட்டிங்குது. 'மஸ்து' பிடிக்கும்னு நெனைக்கிறேன்.

"பர்ஸிலேம்பரே, பர்ஸிலேம்பரே" எனக் கத்தியபடி முருகன் குச்சியால் குத்தினான். அப்பவும் முருகனது கட்டளையை ஏத்து செய்ய முடியல. பதட்டத்தோடு ஏதேதோ சொல்லியும் எடுபடல. முருகனுக்கு என்ன பண்ணுறதுனு தெரியல.

"யூஸ்லேஸ்" என முகத்தைச் சுழித்தபடி அதிகாரி வேகமாக நடந்து சென்றான். ரேஞ்சர் பின்னாலேயே ஓடினான். அதிகாரி கிளம்பிய பின் வந்த ரேஞ்சர், முருகனையும் மணியையும் கண்டபடி திட்டித் தீர்த்தான். அவீங்கனால எதுவும் பேச முடியல. எங்கயோ போயிட்டு வந்தவீங்க கிட்ட கெட்ட மது வாடை அடிச்சது. குச்சில அடியோ அடினு அடிச்சாங்க. பயங்கரமா வலிச்சது. கோபத்தில என்ன செய்யுறதுனு தெரியாம அடித்து அடித்து ஓய்ந்தாங்க.

நேரம் ஆக ஆக கண்ணுக்கும் காதுக்கும் இடையே துளை போல இருந்த இடத்தில் இருந்து மதநீர் வடிய ஆரம்பிச்சது. அதிலிருந்து கடிய வாடை வீசியது. எரிச்சலும் கோபமும் மிகுந்திருச்சு. அடிக்கடி சிறுநீர் கழிச்சேன். ஆவேசமா பிளிறுனேன். என் பிளிறல்ல யானைகள் முகாம் அதிர்ந்துச்சு. தும்பிக்கையைத் தூக்கி பிளிறிட்டுக் கெடந்தேன். இப்ப என்கிட்ட வர முருகனும் மணியும் பயந்தாங்க. இருட்ட இருட்ட குடிச்சு குடிச்சு போதையில சரிஞ்சாங்க.

பின்னங்காலில பிணைக்கப்பட்டிருக்கிற இரும்பு சங்கிலிய இழுத்துக்கிட்டு சிறிது தூரம் நடந்தேன். தொடர்ந்து நடந்தேன். இந்நேரம் சங்கிலி இழுத்து நிறுத்தியிருக்கணும். எப்படி தொடர்ந்து நடக்கிறேன்னு திரும்பிப் பார்த்தப்ப, இரும்பு சங்கிலியை மரத்தில பிணைக்காம விட்டுட்டாங்கனு தெரிஞ்சது. காட்ட சுதந்திரமா சுத்திப் பாக்கணும்னு தோணுச்சு. நடக்க நடக்க இரும்பு சங்கிலியும் அதன் தாரையும் தொடர்ந்து வந்துச்சு.

முகாமினையும், முகாமிற்கு செல்லும் பாதையையும் தாண்டி காட்டுக்குள்ள இப்போ தான் போறேன். காட்டுக்குள்ள போயி பார்க்கணும்னு ஒரு ஆசை ரொம்ப நாளா இருந்துச்சு. அதுக்கு காரணம் காட்டானை கொம்பன். பேருக்கு ஏற்ப மினுங்கும் நீண்ட தந்தம். ஆஜானுபாகுவான உருவம். அன்னிக்கு

வலசை தொலைத்த யானை | 107

அதிகாலையில முகாம் எப்பவும் போல அமைதியா இருந்துச்சு. கும்கிகள கட்டி வைச்சிருந்தாங்க. மாவூத், பாரெஸ்ட்காரங்க எல்லா நல்ல தூக்கத்துல இருந்த நேரம். திடீர்னு காட்டுக்குள்ள இருந்து கொம்பன் முகாமுக்குள்ள வந்திடுச்சு. அதோட சத்தம் காட்டையே மிரள வைச்சது. கும்கிக எல்லா பயந்து நடுங்கிச்சு. மூர்க்கமா வந்த கொம்பன் பாரி கும்கியோட மோதுச்சு. காட்டானை தந்துத்துல பாரிய குத்துச்சு. பாரியும் எதித்து நின்னுச்சு. ஆனா கட்டி வைச்சிருந்ததால ஒன்னும் பண்ண முடியல. பிளிறல் கேட்டு வந்த பாரெஸ்ட்காரங்க பட்டாசு போட்டாங்க. அப்பவும் விடாம கொம்பன் பாரியோட மோதுச்சு. அந்த சண்டையில பாரியோட வலது தந்தம் வேரோட விழுந்துச்சு. பாரெஸ்ட்காரங்க பட்டாசு போட்டு, அதையும், இதையும் பண்ணி எப்படியோ கொம்பன வெரட்டி விட்டாங்க. இரத்தம் சொட்டச் சொட்ட பாரி நின்னது. இருந்தா கொம்பன் மாதிரி இருக்கணும் என்ற நினைப்பு, இப்போ காட்டுக்குள்ள போகக் காரணமா இருக்கலாம்.

முதல் முறையா காட்டுக்குள்ள தனியா நடக்குறேன். பயமாவும் புதுசாவும் இருந்துச்சு. என் மேல இருந்து முருகன் கால்களால் அழுத்தி இடும் கட்டளைகளை செஞ்சு தா எனக்குப் பழக்கம். தன்னிச்சையாக எதுவும் செஞ்சது இல்ல. தெனமும் அதிகாலையில கோழிக்கமுத்தில இருந்து முருகனும், மணியும் என்னை அழைச்சிட்டு கிளம்புவாங்க. கையில் ஒரு குச்சியோட மணி முன்னால நடந்து போக, என் மேல மாவூத் முருகன் அமர்ந்து செல்வான். எட்டு கிலோ மீட்டர் நடந்து டாப்சிலிப் முகாமுக்குப் போவோம். அங்கு வரும் சுற்றுலாப் பயணிகளை ஏத்திட்டு சவாரி போவோம். வேல முடிஞ்சதும் மீண்டும் காடுகள் ஊடாக திரும்ப போறது தான் வழக்கம். எப்போதாவது ஊருக்குள்ள புகுந்த ஆனெகள பிடிக்கப் போவோம். எதையும் அலைந்து திரிந்து பெற வேண்டியதில்ல. தொடர்ந்து நடப்பது சிரமமா இருக்கு. எது எங்க இருக்குனு தெரியல.

நடக்க நடக்க பயமா இருந்துச்சு. சோர்வும் சேர்ந்துடுச்சு. தாகம் எடுத்தது. தும்பிக்கையைத் தூக்கி முகர்ந்து பாத்தேன். கால் மைல் தொலைவில ஓடையில தண்ணீ சலசலத்து ஓடுறது தெரிஞ்சது. அப்பாடானு போயி தண்ணீய குடிச்சேன். தும்பிக்கையில எடுத்து உடம்பு மேல பீச்சியடித்தேன். இதமா இருந்துச்சு.

மெல்ல நடக்க ஆரம்பிச்சேன். இரும்பு சங்கிலில கல்லுக உரசி சலசலப்பாச்சு. இந்நேரம் என்ன காணலனு தெரிஞ்சிருக்கும். கொஞ்ச நேரத்துல திரும்ப வந்திருவேன்னு முருகன் நினைச்சிருப்பான். ரேஞ்சர் முருகனையும் மணியையும் கண்டபடி திட்டித் தீர்த்திருப்பான். அடி கூட விழுந்திருக்கலாம். செய்தி கசிந்து டிவிக்காரர்களின் காதுக்கு எட்டியிருக்கும். 'தப்பியோடிய கும்கி' என பிரேக்கிங் செய்தி போட்டிருப்பாங்க. இப்படித்தான் கொம்பனுக்கும் பாரிக்கும் நடந்த சண்ட பத்தின செய்திய, முருகன் வூட்டு டிவில பாத்திருக்கேன். பாரெஸ்ட்காரங்களும் தீவிரமா தேடிட்டு இருப்பாங்க.

காட்டானைக் கூட்டம் ஒன்னு தென்பட்டது. எட்டு யானைகளில இரண்டு குட்டிக. தாய் ஆனெ முன்னால போக, மத்தது பின் தொடர்ந்துச்சு. குட்டிகள் நடுவுல வர அவற்ற சுற்றி பெருசுகள் நடந்தன. அவற்ற பார்த்ததும் அக்கூட்டத்தில சேர்ந்திடலாம்னு தீர்மானிச்சேன். வழி காட்டவும், உணவும் தண்ணியும் தேடவும் உதவும்னு தோனுச்சு. ஆசையா போன என்னக் கண்டு, அதுக துரத்தியடிச்சது. திரும்பத் திரும்ப சேரப்போன என்ன தொரத்தி விட்டிட்டு, குட்டிகள கூட்டிட்டு போறதுல தா அதுக குறியா இருந்துச்சு.

"மனுசங்க கூட பழகுன ஆனைக மேல மனுச வாடை வீசும். அதனால காட்டு ஆனெக அத சேத்திக்காது"னு மாவூத் முருகன் ஒருமுறை சொன்னது நெனவுக்கு வந்தது. ரொம்ப கவலையா இருந்துச்சு. காலகாலமா போன வலசை மரபணுவில் கடந்து வருமாம். அப்புடி வலசைனு தோணுற பாதையில போய் தான் பார்ப்போம் எனக் கிளம்பினேன். போற வழியில ஏதும் பெண் யானை கூட சேர்ந்தா நல்லாயிருக்கும்.

வலசை பாதை காடுகளுல தேயிலை தோட்டங்கள் விளைஞ்சிருந்துச்சு. மரங்களுக்கு பதிலாக கட்டிடங்க முளைச்சிருந்தது. இரண்டு நாளாக அரையும் குறையுமாக உண்டு, அவசர அவசரமாக ஓடித் திரிந்து சோர்வு அடைந்திருந்தேன். போதாக்குறைக்கு வெயில் வேறு சுட்டெரிச்சுது. புழுதி மண்ணை வாரி எடுத்து, உடலில் போட்டும் பலனில்லை. எப்படியோ ஒரு மரத்தடியில் நிழலில் உடலைக் கிடத்தி கால்களை நீட்டிப் படுத்தேன். அப்படி ஒரு தூக்கம். மாலை நெருங்கும் போதுதான் உறக்கம் கலைஞ்சுது.

வெயில் குறைந்திருந்தது. ஒரு மரத்தில் கன்னத்த நல்லா தேய்ச்சிட்டு மெல்ல நடை போட்டேன்.

மலையடிவாரத்தில காடு சேரும் இடத்தில் தாண்ட முடியாதபடி, குழிகள வெட்டி இருந்தாங்க. ஆனைக ஊருக்குள்ள வரக்கூடாதுனு அகழி தோண்டி வைச்சிருக்காங்க. தாண்ட எடம் தேடி நடந்தேன். ஓரிடத்தில் அகழிக்குள் கால் வைக்கும் அளவிற்கு மண் மேடு இருந்தது. ஏதோ ஒரு ஆனெ தாண்ட மண்ண சரிச்சு விட்டுருக்கும். அதுக்கு நன்றி சொல்லியபடி, தாண்டிப்போனேன். காடு முடிந்து தோட்டம் வந்துச்சு. உள்ளே வாழை போட்டிருந்தாங்க. ஆசையும் பசியும் சேர வேகமாக ஓடினேன். குறுக்கால இருந்த செவுத்த உடைச்சிட்டு உள்ள புகுந்து பசியாற உண்டு முடிச்சேன். தொட்டியில தண்ணீயும் குடிச்சாச்சு.

ஆட்கள் சத்தம் கேட்டது. இரவின் இருளைக் கிழித்து வந்த டார்ச் லைட் வெளிச்சம் என் மீது பட்டது. கண்ணு கூசியது. பட்டாசுகள் அடுத்தடுத்து பக்கத்துல வந்து விழுந்து வெடிச்சது. ஓட்டம் எடுத்தேன். வாழைத் தோட்டம் தரை மட்டமாச்சு. “நா உடைச்சது என்னம்மோ நாலு வாழைதா, இப்போ மொத்தமும் போச்சே” என நினைத்தபடி ஓடினேன். பயங்கர சத்ததுடன் பாரெஸ்ட் ஜீப்கள் துரத்தின. ஏதேதோ வழியில் புகுந்து எங்கோ வந்துட்டேன். ஜீப் கொஞ்ச தூரத்துக்குப் பிறகு வரல.

பொழுது விடிஞ்சுது. சாலைகளில வாகனங்கள் போயிட்டும் வந்திட்டும் இருந்துச்சு. மீண்டும் நடக்க நடக்க ஊர் வந்தது. கட்டிடங்களும் வீடுகளுமாக இருந்துச்சு. வீட்டு மொட்டை மாடியில ஜனத்திரள் ஆச்சரியத்தோடு வேடிக்கை பார்த்தது. பலர் மிரண்டு ஓடினாங்க. எங்க போறதுனு தெரியாம நாள் கணக்கா சுத்தினேன். வலசைனு எனக்கு தோணுன எடத்துல எல்லா ஏதேதோ குறுக்க இருந்துச்சு. பாதை மாறி மாறி எங்கெங்கோ போனேன். ஒரு எடத்துல குறுக்க கம்பி இருந்துச்சு. தெரியமா தும்பிக்கையில தொட, ‘ஷாக்’ அடிச்சது. போற வழியில வீசி எறியப்பட்ட பட்டாசுகளும் கற்களும் தீப்பந்தங்களும் பாதைய மாத்திச்சு.

ஒரு மலையடிவாரத்துல குழியும் மேடுமா இருந்துச்சு. திரும்புன பக்கமெல்லா படு பாதாளக் குழிகள். தூரத்துல செங்கல் சூளைக கண்ணில் பட்டது. பனை மர வாசம் சுண்டி இழுத்தது. செங்கல்

சூளைக்குள் நுழைந்தேன். பனை மரக்கட்டைக நிறைய கெடந்துச்சு. செங்கல் எரிக்க பயன்படுத்தவாங்கனு நெனைக்கேன். பனை மரக்கட்டையை உடைச்சு உள்ளிருந்த கூழைக் குடிச்சேன். அதிலிருக்கும் கூழ் ரொம்ப ருசியா இருந்துச்சு. கொஞ்சம் போதையும் ஏறுச்சு. அப்படியே அங்கயிங்க நடந்தேன். பலாப்பழ வாசம் ஆளை இழுத்துச்சு. பக்கத்து தோட்டத்துல இருந்து வருது. ஆசையா நானும் எடுத்தேன். அதைக் கடிச்சதும் தாடை, வாய், நாக்கு எல்லா சிதைந்து போச்சு. வலி தாங்க முடியல. இரத்தம் வடிஞ்சுகிட்டே இருந்துச்சு. அப்ப தான் அது 'பன்றிக்காய்'னு தெரிஞ்சது. இரத்தம் சொட்ட சொட்ட சுற்றி அலைந்தேன். முகமெல்லா கண்ணீர் தடங்கள். தீராத வலி.

காயம் ஆறினா தான் மேற்கொண்டு தீவனமோ, தண்ணீயோ எடுத்துக்கா முடியும். முதல் நாளை எப்படியோ சமாளிச்சுட்டேன். அடுத்த நாளுல இருந்து நம்பிக்கை குறைய ஆரம்பிச்சது. சமாளிக்க முடியாம திணறினேன். ஒரே எடத்துல நிக்காம அலைஞ்சுட்டே கிடந்தேன். தீராத வலி ஒரு பக்கம், குறையாத பசி ஒரு பக்கம்.

மூணு நாளுக்கு மேல உணவு, தண்ணீனு எதுவும் எடுத்துக்க முடியல. உடல் மெலிஞ்சிருந்திச்சு. பாதி உயிர் போயிடுச்சு. நடக்க முடியாம நின்னேன்.

"ஊருக்குள் நுழைந்த யானை அட்டகாசம், முகாமில் இருந்து தப்பிய கும்கி 2 பேரைக் கொன்றது" என அதீத சத்தத்துடன் ஒரு தொலைக்காட்சியில் பிரேக்கிங் செய்தி ஓடுறது கேட்டுது. எவனோ மைக்கப் புடிச்சு பேசிட்டிருந்தான். அப்போ தான் நினைவுக்கு வந்தது, கொஞ்ச நேரத்துக்கு முன்னால ஒரு கூட்டம் தொரத்தி வரப்போ, ஒரு சந்துல வேகமாக ஓடுனேன். எதுத்தாப்புல ரெண்டு பேரு வந்திட்டாங்க. அவீங்கள அடிக்கணும்னு எல்லா நெனைக்கல. விலக்கி விடுற மாதிரி லேசா தும்பிக்கைல தள்ளிட்டு வந்தேன். பாவம்... அவீங்க தான் செத்திருப்பாங்க. "குடியிருப்புப் பகுதியில் சுற்றித்திரியும் யானையை, மயக்க ஊசி செலுத்திப் பிடிக்கும் பணியில் வனத்துறையினர் தீவிரமாக ஈடுபட்டுள்ளனர். அந்த யானையைப் பிடிக்க 4 கும்கி யானைகள் வரவழைப்பு" என்று போய்ட்டிருந்துச்சு.

ஊர்க்காரங்க, பாரெஸ்ட்காரங்க, டிவிக்காரங்கனு எல்லாரும் என்ன தொரத்திட்டு இருக்குறது தெரிஞ்சது. ‘என் வலசையில நா போனது குத்தமா, எம் பாதைல போனதுக்கா இந்த நெலம?’

எனக்கு வெறுப்பா இருக்கு. இனியும் ஓட முடியாது. அதுக்கு சத்தும் இல்ல. மனசும் இல்ல. கொஞ்ச நேரமா முருகன், மணியின் நினைவு கண் முன்னே வந்திட்டுப் போகுது. முகாம்ல சங்கிலியில கட்டி வைச்சிருந்தப்போ இருந்த சுதந்திரம் கூட, காட்டுல இல்ல. முகாம்ல நிக்குற எடத்துக்கே தீவணமும் தண்ணீயும் தேடி வரும். இங்க தேடித்தேடி அலஞ்சாலும் அரை வயிறு கூட நிரம்புறதில்ல. வலசையில சுதந்திரமா போக முடியல. காடும் வலசையும் எனக்கானதா இல்லனு இப்ப தா புரியுது.

தோட்டத்த அழிச்சுட்டேனு என்மேல கோபப்படுறவீங்க கிட்ட, என் காட்ட அழிச்சு தா தோட்டம் போட்டுறுக்கீங்கனு எப்படி சொல்லுறது? இப்படி வந்த ஆனெகள தா பாரெஸ்ட்காரங்க பிடிச்சு கும்கியாக்கி இருப்பாங்க? மொதல்ல ஆனெகள வைச்சு காட்ட அழிச்சவங்க, இப்போ ஆனெகள வைச்சே ஆனெகளை அழிக்குறத என்னன்னு சொல்லுறது?

ஆமா.... அது எதுக்கு எனக்கு? நா சொல்லி என்னாயிட போகுது? பேசமா முகாம்கே போயிடலாமா? ம்ம்ம்ம்... அதுதா சரி என்று தோன்றியது.

முகாமினை நோக்கி நடந்தேன். இரும்பு சங்கிலியும் தொடர்ந்து வந்துச்சு. நடக்க தெம்பு இல்ல. நா போற பாதை சரியானு தெரியாது. நா போயி சேர்வனானும் தெரியாது. போற வழியில விழுந்து செத்தும் போகலாம். ஆனா ஒண்ணு, ஒருவேள போயிட்டனா, முகாம விட்டு திரும்ப வரமாட்டேன். அது நிச்சயம்.

- கனலி

◆◆◆